आपल्या स्नेहीजनांना पुस्तके भेट द्या

सुकेशिनी

आणि इतर कथा

सुधा मूर्ती

अनुवाद
लीना सोहोनी

मेहता पब्लिशिंग हाऊस

Please contact us at **Mehta Publishing House Pvt. Ltd.**, Pune.
Email : production@mehtapublishinghouse.com
Website : www.mehtapublishinghouse.com

- *या पुस्तकातील लेखकाची मते, घटना, वर्णने ही त्या लेखकाची असून त्याच्याशी प्रकाशक सहमत असतीलच असे नाही.*

SUKESHINI & OTHER CHILDREN STORIES by SUDHA MURTY

Translated into Marathi Language by Leena Sohoni

सुकेशिनी आणि इतर कथा / अनुवादित कथासंग्रह

अनुवाद : लीना सोहोनी

Email : author@mehtapublishinghouse.com

मराठी अनुवादाचे व प्रकाशनाचे हक्क : मेहता पब्लिशिंग हाऊस प्रा. लि., पुणे.

संस्थापक : सुनील मेहता

प्रकाशक : मेहता पब्लिशिंग हाऊस प्रा. लि.,
१९४१ सदाशिव पेठ, माडीवाले कॉलनी, पुणे – ४११०३०.

मुद्रक : श्री मुद्रा

मुखपृष्ठ : फाल्गुन ग्राफिक्स

आतील चित्रे : चंद्रशेखर जोशी

प्रकाशनकाल : डिसेंबर, २००७ / एप्रिल, २००८ / मार्च, २००९ / जुलै, २०१० / एप्रिल, २०१२ / फेब्रुवारी, २०१४ / नोव्हेंबर, २०१६ / मार्च, २०२० / ऑक्टोबर, २०२२ /
पुनर्मुद्रण : मार्च, २०२४

किंमत : ₹ १९०

P Book ISBN 9788177669237
E Book ISBN 9789386175984
E Books available on : amazonkindle Apple Books Google Play Books

ज्या मुलांना गोष्टी म्हणजे
जीव की प्राण वाटतो,
त्या सर्व मुलांना.

मनोगत

'सुकेशिनी' हे बालकथांचं दुसरं पुस्तक वाचकांच्या हाती सुपूर्द करताना मला अतिशय आनंद होत आहे. मूळ इंग्रजी भाषेत असलेल्या या पुस्तकाचा मराठी अनुवाद सौ. लीना सोहोनी यांनी केला आहे. माझं मन आणि माझ्या भावभावना उत्तम रीतीने समजून घेऊन त्यांनी हा अनुवाद केला असल्याने, तो अत्यंत सकस झालेला आहे. इतका, की वाचकांना आपण एक अनुवादित पुस्तक वाचत आहोत असं वाटणारच नाही. मूळ पुस्तक वाचल्याचा आनंद हा अनुवाद देईल.

या पुस्तकातील कथांना आपल्या रेखाचित्रांनी नटवणारे श्री. चंद्रशेखर जोशी व आकर्षक मुखपृष्ठाने पुस्तकाची रंगत वाढवणारे श्री. चंद्रमोहन कुलकर्णी या दोन्ही चित्रकारांचे मी मनापासून आभार मानते. या ठिकाणी मेहता पब्लिशिंग हाऊस यांचे आभार मानल्याशिवाय पुढे जाता येणार नाही. त्यांनी घेतलेल्या पुढाकारामुळे व अथक प्रयत्नांमुळेच हे पुस्तक पूर्ण होऊ शकले.

–सुधा मूर्ती, बेंगळुरू

अनुक्रमणिका

अनुक्रमणिका

नाजूक मुलगी

कंपाली नामक नगरात नारायण आणि तारा हे जोडपं राहत असे. त्यांना दुर्दैवाने मूलबाळ नव्हतं. ताराला तर मुलांची अतोनात हौस! त्यामुळे तिला मुलाबाळांविना रिकाम्या असलेल्या घरात कायम उदास, दु:खीकष्टी वाटायचं. गल्लीत खेळणाऱ्या मुलांकडे ती नुसती बघत बसायची आणि मग तिला खूप अगतिक वाटायचं.

ते पावसाळ्याचे दिवस होते. घराबाहेरच्या बागेत नुसता चिखल झाला होता. ताराच्या घराच्या मागील बाजूस भलंमोठं अंगण होतं. पावसाळ्यात तिथे रोपं लावण्यासाठी तारानं खूपशी माती मागवलेली होती. त्या मातीचा ढीग पावसाळ्यात ओला होऊन घट्ट चिखल झाला होता. त्या चिखलातून एक मुलीचा पुतळा बनवावा, असं ताराच्या मनानं घेतलं.

तिने आपल्या पतीच्या मदतीने एका किशोरवयीन मुलीचा पुतळा बनवला. पुतळा पूर्ण झाला तोपर्यंत रात्र झाली होती. दोघंही दमले होते, त्यांना झोपही आली होती. झोपेच्या अधीन होण्याआधी तारा स्वत:शीच पुटपुटली, ''हा

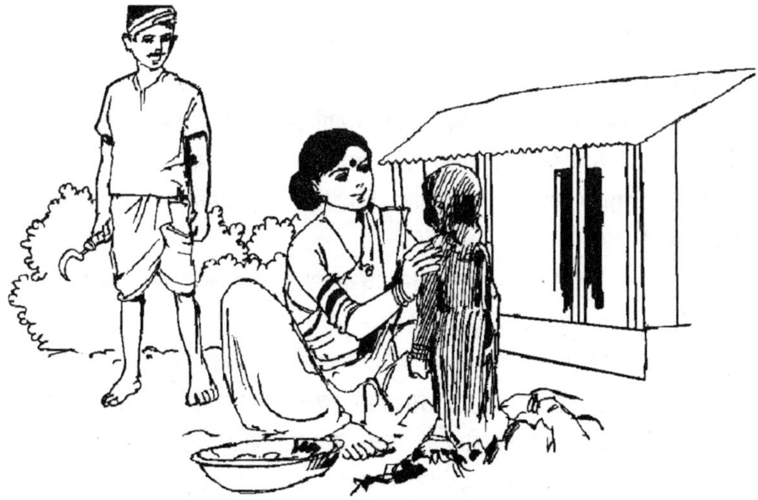

मुलीचा पुतळा जर सजीव झाला, तर किती बरं होईल! देवा, एवढी कृपा तू माझ्यावर कर ना. या मुलीशी जर मला खेळायला मिळालं तर–''

दुसऱ्या दिवशीची सकाळ उजाडली. तारा घाईने उठून बाहेरच्या अंगणातील पुतळ्यापाशी गेली. पाहते तो काय, पुतळा चक्क श्वासोच्छ्वास करत होता. तिचा आपल्या डोळ्यांवर विश्वासच बसेना. तिने तात्काळ आपल्या पतीला बोलावून घेतलं. तोही ते दृश्य पाहून आश्चर्यचकित झाला. ती मुलगी हळूहळू उठून उभी राहिली. तिने त्या दोघांकडे निरखून पाहिलं आणि म्हणाली, "आई...बाबा!'' ताराचा आनंद गगनात मावेना. देवानेच आपली हाक ऐकून आपल्याला ही देणगी पाठवली आहे, असं तिला वाटलं.

त्यानंतर जणू काही जादूची फुंकर घातल्यासारखं त्या दोघांचं आयुष्य बदलून गेलं. त्या मातीच्या कन्येचं त्यांनी 'मृणालिनी' असं नाव ठेवलं. जणू काही आपल्या पोटची पोर असावी, इतक्या प्रेमानं ते तिचा सांभाळ करू लागले. आता त्यांचं घर आनंदानं नुसतं भरून गेलं. मृणालिनीला चांगलेचुंगले पदार्थ करून घालणं, तिला नवे नवे कपडे शिवणं आणि तिच्याशी खेळणं, असा त्यांचा दिनक्रम सुरू झाला.

आजूबाजूच्या घरची मुलं मृणालिनीशी खेळण्यासाठी त्यांच्याकडे येऊ लागली. वातावरण नुसतं हास्यकल्लोळानं, आनंदानं भरून गेलं.

बघता बघता काही महिने सरले. तारा आणि नारायण या दोघांनाही स्वत:चा विचार करायला उसंतच नव्हती, पण तरीही एक गोष्ट नारायणच्या लक्षात आली होती. आजूबाजूच्या इतर मुलांप्रमाणे मृणालिनी मात्र दिसामासाने वाढत नव्हती. शिवाय ती बाहेर खेळायला जायला खूप घाबरायची. पाण्याच्या तर ती जवळही फिरकत नसे.

आता उन्हाळा आला. आता मात्र मृणालिनी बाहेर जाऊन खेळू लागली होती. एक दिवस तिचे सवंगडी घरी आले आणि त्यांनी ताराला विचारलं, "मावशी, आम्ही डोंगरात सहलीला निघालोय. मृणालिनीला आमच्याबरोबर पाठवता?''

ते ऐकून मृणालिनीने काळजीनं विचारलं, "पण डोंगरात पाऊस आला तर?''

"अगं, पाऊस कसा येईल?'' मुलं म्हणाली, "आत्ता उन्हाळा नाही का?''

मग मात्र मृणालिनी मोठ्या उत्साहाने त्यांच्यासोबत गेली. मुलांचं खेळणं, दंगामस्ती अगदी रंगात आली होती एवढ्यात कुणीतरी चेंडूची फेकाफेकी सुरू केली. मृणालिनी चेंडू पकडण्यासाठी धावली. धावता धावता तिचा पाय घसरला

आणि ती वाहत्या झऱ्यात पडली. बरोबरची मुलं जरा दूरवर खेळत होती. त्यांना एक हळूवार नाजूकशी किंकाळी ऐकू आली. मुलं त्या दिशेनं पळत आली, तर तिथे फक्त चेंडू तेवढा होता. मृणालिनीचा मात्र पत्ताच नव्हता. मृणालिनी आपल्याला काही एक न सांगता एकटीच घरी निघून गेलेली दिसते, असं त्यांना वाटलं. सगळी मुलं परतली. पहिल्याप्रथम त्यांनी ताराचं घर गाठलं. मुलं म्हणाली, "मावशी, मावशी... मृणालिनी आम्हाला काही न सांगता एकटीच पुढे निघून आली आहे. कुठे आहे ती?"

हे त्यांचे शब्द ऐकताच ताराच्या तोंडचं पाणी पळालं. मृणालिनी घरी आलीच नव्हती. गावातील सर्व लोकांनी शोधाशोध सुरू केली, पण मृणालिनीचा कुठेच पत्ता नव्हता. दोघं पतीपत्नी दु:खी झाले. त्यांचं हसतंखेळतं घर परत पहिल्यासारखं सुन्न, उदास झालं.

नारायणने आपल्या पत्नीची समजूत घातली. "तारा, तू एक गोष्ट समजून घे. ती मातीतूनच आकाराला आलेली होती. म्हणूनच डोंगराच्या झऱ्यात विलीन होऊन गेली गं ती! आपल्याला या सत्याचा स्वीकार केलाच पाहिजे, पण ती जेव्हा आपल्या जवळ होती, तेव्हा आपण कसे आनंदात होतो, तो काळ आठव. आजपासून आजूबाजूच्या सगळ्याच मुलांना आपण आपलीच मुलं मानूया. म्हणजे आपल्याला दु:ख होणार नाही."

ताराला आपल्या पतीचं म्हणणं पटलं व त्यानंतर मात्र दोघेही समाधानानं राहू लागले.

■

सुकेशिनी

मेरू पर्वताच्या पायथ्याशी रामपुरानामक गाव होतं. या गावात सुकेशिनी नावाची एक तरुण, सुंदर मुलगी राहत असे. त्यावर्षी रामपुरा गावावर दुष्काळाची छाया पसरली होती. एक बादली पाणी मिळवण्यासाठी लोकांना कितीतरी दूरवर पायी चालावं लागे. दुष्काळामुळं शेतातलं पीक कोळपून गेलं होतं. गावकरी अत्यंत हलाखीच्या परिस्थितीत, दारिद्र्यात दिवस कंठत होते.

गावातील अनेक झोपड्यांपैकी एका लहानशा झोपडीत सुकेशिनी आपल्या आईबरोबर राहत असे. त्यांच्याकडे काही मेंढ्या होत्या. त्यांच्यावर दोघींची गुजराण चाले. त्यांची परिस्थिती गरिबीची असली तरी मायलेकी खूप कष्टाळू होत्या. सुकेशिनीचे केस अत्यंत लांबसडक आणि मुलायम होते. ते इतके लांब होते, की ती रस्त्याने जाऊ लागली की ते रस्त्यावर लोळत. त्यामुळेच तिचं सुकेशिनी हे नाव तिला अगदी शोभून दिसे.

एक दिवस आपल्या मेंढ्यांना चारण्यासाठी सुकेशिनी घराबाहेर पडली खरी, पण कुठेही, अगदी नखभरही गवत दृष्टीस पडेना. सर्वत्र नुसती ओसाड जमीन. आपण समोरच्या मेरू पर्वतावर चढून जावं आणि जर कुठे गवत आढळलंच तर त्याचा भारा डोक्यावर घेऊन खाली यावं आणि आपल्या या मेंढ्यांना ते गवत चारावं, असा तिनं मनात विचार केला. मेरू पर्वत चढून जाणं, हे काही साधंसोपं काम नव्हतं. सुकेशिनीने अर्धाअधिक पर्वत पार केला आणि ती थकून गेली. वाटेत एक लिंबाचं झाड होतं. त्याच्या सावलीखाली ती विश्रांतीसाठी बसली. थोड्यावेळाने आजूबाजूला पाहत असताना तिची दृष्टी एका हिरव्यागार वेलीवर पडली. त्या प्रकारची वेल तिनं याआधी कधीच पाहिली नव्हती. आपण ही वेल मुळासकट उपटून काढावी आणि आपल्या मेंढ्यांसाठी घरी न्यावी, असं तिच्या मनानं घेतलं. तिने उठून जरा जोर लावून ती वेल ओढण्यास सुरुवात केली. आश्चर्य असं, की वेल तर मुळापासून हातात आलीच, पण त्याचबरोबर जमिनीतून एक भोपळाही त्यासोबत आला. भोपळ्याच्या पाठोपाठ कारंज्यासारखी उसळी मारून जमिनीच्या पोटातून पाणी बाहेर आलं. सुकेशिनीचा चेहरा त्या पाण्याच्या फवाऱ्याने चिंब भिजून गेला. तहानलेल्या

सुकेशिनीने अधाशासारखे ओंजळीने ते पाणी प्यायला सुरुवात केली. ते स्वच्छ, ताजं आणि अमृतासारखं मधुर होतं. मग त्या वाहत्या पाण्यात तिनं स्नान केलं. तिला तर हर्षभरानं नाचावं-गावं असंच वाटत होतं. अखेर तिला पाण्याचा स्रोत सापडला होता. तिच्या मनात लगेच आपल्या गावच्या लोकांचा विचार आला. आता हे पाणी जर आपल्या गावकऱ्यांना उपलब्ध झालं, तर आपल्या गावाची पाण्याची समस्या कायमची सुटेल, असा विचार तिने केला.

एवढ्यात एकदम सोसाट्याचं वादळी वारं वाहू लागलं. सुकेशिनीला काही कळायच्या आतच तो मोठा भोपळा जमिनीतून वाहणाऱ्या पाण्याच्या मुखाशी जाऊन बसला आणि त्याने पाण्याचा प्रवाहच थांबला. दुसऱ्याच क्षणी त्या सोसाट्याच्या वावटळीनं सुकेशिनीला घेरलं आणि ती त्यात ओढली गेली व डोंगरमाथ्याच्या दिशेनं वर जाऊ लागली. सुकेशिनी मनातून घाबरून गेली, पण माथ्यावर पोहोचल्यावर तिला एक निळंशार सुंदर तळं दिसलं. त्या तळ्याच्या काठी एक राक्षस बसला होता. तो दुष्ट नजरेनं तिच्याकडे पाहत होता. तिला पाहताच तो गरजला, "तरुण मुली, मी या पर्वताचा स्वामी आहे. माझ्याकडे पाण्याचे दोन स्रोत आहेत. त्यातला एक म्हणजे हे तळं आणि दुसरा स्रोत म्हणजे ते कारंजं. माझं हे गुपित आता तुला कळून चुकलंय; पण खबरदार, तुझ्या गावातील कोणापुढे याची वाच्यता करशील तर. जर तू तसं केलंस, तर मात्र मी तुला या तळ्यातच बुडवीन आणि तुझ्या या सुंदर केसांवरून तळ्याचं पाणी वाहू लागेल. तुला मी आत्ताच हा सावधगिरीचा इशारा देत आहे. आता तू आपल्या गावात परत जा."

हे सगळं अगदी क्षणार्धात घडलं. जणू काही आपण हे सारं एका स्वप्नातच पाहिलं असावं, असं सुकेशिनीला वाटलं, पण ते स्वप्न नव्हतं. कारण तिच्या हातात एक छोटंसं पान राहून गेलं होतं. ती गावात परतली. त्यानंतरचे कित्येक दिवस ती या घडलेल्या घटनेवर विचार करत होती. गावातली पाण्याची समस्या आपण सोडवली पाहिजे, असं तिचं एक मन तिला सांगे; पण त्या तळ्याच्या थंडगार पाण्यात बुडण्याच्या कल्पनेनं तिचं अंग शहारून उठे. आपल्या काळ्याभोर केसांवरून पाणी वाहत राहणार या कल्पनेनंसुद्धा जिवाचा थरकाप होई तिच्या! त्यामुळे ती मूकपणे दिवस कंठत राहिली.

दिवस सरले. महिने लोटले. ती दिवसेंदिवस अधिकाधिक अबोल होत गेली. गावातील पिण्याच्या पाण्याची समस्या फारच वाढली होती. त्याचबरोबर तिच्या मनातील चिंतासुद्धा वाढत चालली होती. त्या चिंतेने तिचे सगळेच्या सगळे केस पांढरे झाले. इतकी तरुण सुकेशिनी, पण पांढऱ्या केसांमुळे तिचं सौंदर्य लुप्त झालं.

एका रात्री तिची आई आजारी पडली होती. तिच्या मेंढ्या तहानेनं व्याकूळ होऊन तडफडत होत्या, पण त्यांच्यासाठी तिला बादलीभर पाणीसुद्धा मिळालं नाही. उन्हाळ्याचा ताप अगदी असह्य झाला होता. सुकेशिनीनं मनात खूप विचार केला आणि मनाशी एक निर्धार केला. संपूर्ण गावाच्या कल्याणापुढे आपल्या एका आयुष्याचं मोल ते काय? असं तिच्या मनात आलं.

दुसऱ्या दिवशी सकाळी तिने गावातील सर्व लोकांची सभा बोलावली आणि त्यांना तिने काही दिवसांपूर्वी घडलेली सगळी हकिकत सांगितली. त्यानंतर ती म्हणाली, "मी तुम्हाला त्या पाण्याच्या जागी घेऊन जाते."

त्यावर जमलेल्या जनसमुदायामधील एक तरुण उठून म्हणाला, "सुकेशिनी, आमच्या सुखासाठी तुझा बळी जावा, असं आम्हाला मुळीच वाटत नाही, माझ्याकडे एक तोडगा आहे. आपण हुबेहूब सुकेशिनीच्या आकाराची, चेहऱ्यामोहऱ्याची एक लाकडी बाहुली तयार करू. सुकेशिनी, तू तुझ्या डोक्याचं मुंडण कर आणि तुझा सगळा केशसंभार माझ्या हवाली कर. तो केशसंभार मी त्या बाहुलीला लावतो. एकदा तुझ्या डोक्याचं मुंडण केलं, की तुला कोणीच ओळखू शकणार नाही, कारण तुझे केस हीच तुझी ओळख आहे. त्यामुळे तो राक्षस तुझा पुतळा घेऊन जाईल आणि त्यालाच तळ्याच्या आत गाडून टाकेल."

ही कल्पना सर्वांनाच पसंत पडली.

दुसऱ्या दिवशी गावातील सर्व तरुण व धट्टेकट्टे लोक मेरू पर्वत चढून वर

गेले. ते सगळे त्याच लिंबाच्या झाडापाशी जाऊन पोहोचले. त्यांच्या सोबत सुकेशिनी होतीच. तिने ती वेल लगेच ओळखली. त्यानंतर काय करायचं, हे तिने त्या तरुणांना नीट समजावून सांगितलं. मी ही वेल मुळापासून उपटून काढण्यापूर्वी या ठिकाणापासून आपल्या गावापर्यंत एक चर खोदा. तो तयार झाला, की मी ती वेल जमिनीतून उखडून तो भोपळा बाहेर काढते आणि तो भोपळाच नष्ट करून टाकते. मग बाकी ईश्वराची मर्जी.''

लोकांनी तिच्या बोलण्याप्रमाणं सर्व काही केलं. सुकेशिनीनं वेल मुळापासून उखडून काढताच परत उसळी मारून पाणी बाहेर आलं. ते लोकांनी खोदलेल्या चरातून थेट गावापर्यंत जाऊन पोहोचलं. तात्काळ तिथे मोठं चक्रीवादळ झालं आणि लांब केसांचा पुतळा त्यात आपोआप खेचला गेला. पुतळा डोंगराच्या माथ्यावर पोहोचल्यावर क्षुब्ध राक्षसाने तो पुतळा घाईने तळ्यात नेऊन बुडवला. तो पुतळा आहे, हे त्याच्या लक्षातही आलं नाही. एवढंच नाही, तर सुकेशिनीच्या लांबलचक केसांवरून बर्फासारखं थंडगार पाणी सतत वाहू देण्याच्या हट्टापायी त्याने तळ्याला एक खिंडार पाडून पाण्याचा प्रवाह बाहेर सोडला.

सुकेशिनीचे ते पांढरे शुभ्र केस इतके लांब होते की पर्वताच्या माथ्यावरून त्या केसांवरून पाणी धबधब्यासारखं उसळत खाली कोसळू लागलं. गावकऱ्यांना शेतीकामासाठी त्या पाण्याची मोठीच मदत झाली. त्याचबरोबर चरातून खाली गावात येऊन पोहोचलेलं पाणीही उपयोगाला आलं. दुष्काळाच्या विळख्यातून त्या गावाची सुटका झाली.

या सर्वांमुळे संतप्त झालेला राक्षस मेरू पर्वत सोडून दुसरीकडं निघून गेला. काही दिवसांतच सुकेशिनीचे केस जोमानं वाढू लागले आणि परत एकदा रेशमी, मुलायम, काळ्याभोर केशसंभारानं तिचं सौंदर्य खुलू लागलं.

गावकऱ्यांनी सुकेशिनीच्या स्वार्थत्यागी वृत्तीचं मनापासून कौतुक केलं.

■

खरंखुरं चित्र

देवसमुद्र नावाच्या गावात विष्णू नावाचा एक अनाथ मुलगा राहत असे. त्याला तैलरंगात चित्रं चितारण्याची खूप आवड होती. चित्रकला शिकण्यासाठी तो एका शिक्षकांकडे गेला, पण त्यांनी त्याचा शिष्य म्हणून स्वीकार करण्यास नकार दिला, कारण चित्रकलेसाठी लागणारं साहित्य आणणं त्याला शक्य नव्हतं. तेवढे पैसेच नव्हते त्याच्यापाशी. पण विष्णू काही या गोष्टीनं मुळीच खचला नाही. त्यानं आपल्या हाताच्या कुशल बोटांचा वापर करून पाण्यावर चित्रं काढण्यास सुरुवात केली. अविरत परिश्रमानं त्यानं ही अनोखी कला आत्मसात केली.

नदीत वास करून राहत असलेल्या देवानं विष्णूचे हे कठोर परिश्रम आणि त्याच्या अंगची कला पाहिली. एक दिवस देव नदीतून बाहेर आला आणि त्यानं विष्णूला रंगाचा कुंचला, तैलरंग इत्यादी साहित्य दिलं. देव म्हणाला, "बाळा, हा जादूचा कुंचला आहे. तू जर कोणतंही चित्र हुबेहूब, अगदी खऱ्यासारखं चितारलंस तर ते सजीव होईल; पण जर का तुझ्या हातून त्या चित्रात काही दोष राहिला, तर मात्र ते केवळ चित्रच राहील. हा कुंचला तू घेऊन जा; पण एक लक्षात ठेव, याचा वापर तू फक्त लोकांच्या कल्याणासाठीच करायचा बरं, स्वत:च्या स्वार्थासाठी कदापि करायचा नाही." असं बोलून देव अंतर्धान पावला.

विष्णू देवाचे ते शब्द ऐकून अत्यंत आनंदित झाला. केवळ कुतूहल म्हणून त्यानं तिथल्यातिथं तो कुंचला वापरून गुलाबाचं अतीव सुंदर फूल चितारलं. ते इतकं हुबेहूब, खऱ्यासारखं होतं, की ते क्षणार्धात सचेतन होऊन वाऱ्यावर डोलू लागलं. मधमाश्या त्याभोवती रुंजी घालू लागल्या. त्यानंतर त्यानं एक बशीत ठेवलेला लाडू चितारला. तो पण खरा झाला व त्याला तात्काळ मुंग्या लागल्या. मग त्यानं तो कुंचला वापरून गरिबांसाठी घरं, गाईगुरं, झाडं अशा गोष्टी चितारण्यास सुरुवात केली.

त्या सर्व गोष्टी खऱ्या झाल्या. गोरगरीब विष्णूला दुवा देऊ लागले. गरिबातील गरिबाचा तो त्राता बनला, कैवारी बनला. लवकरच ही बातमी तेथील जमीनदाराच्या कानी जाऊन पोहोचली. तो दुष्ट आणि स्वार्थी होता. त्याला वाटलं, 'चला, या

मूर्ख मुलाकडून फुकटात एक भव्य प्रासाद बांधून घ्यावा!'

त्यानं विष्णूला बोलावणं पाठवलं, पण विष्णू काही जमीनदाराच्या भेटीला गेला नाही. त्याला तो स्वार्थी माणूस मुळीच आवडत नसे. मग जमीनदाराने आपल्या सैनिकांकरवी त्याला अटक केली. ते सैनिक विष्णूला मुसक्या बांधून जमीनदारामोर घेऊन आले. विष्णूला पाहताच जमीनदारानं आपली इच्छा त्याला बोलून दाखवली. व एका भव्य प्रासादाचं चित्र त्या जादूच्या कुंचल्यानं चितारण्याची आज्ञा केली. परंतु विष्णूनं तसं करण्यास नम्रपणे नकार दिला. "धनी, देवानं मला हा कुंचला जेव्हा भेट दिला, तेव्हा त्याचा वापर फक्त गोरगरिबांच्या कल्याणासाठीच झाला पाहिजे, अशी स्पष्ट सूचना दिलेली आहे. मी परमेश्वराच्या आज्ञेचा अवमान करू शकत नाही."

त्याचे हे उद्गार ऐकून जमीनदार क्रोधित झाला. त्यानं विष्णूला कैदेत टाकलं. त्याला उपाशी ठेवलं; पण विष्णू मात्र कैदेतही सुखात होता. त्याला हवे तेव्हा हवे ते अन्नपदार्थ तो आपल्या जादूच्या कुंचल्यानं चितारून खाऊ शकत असे. त्यामुळं त्याच्या प्रकृतीवर काहीही परिणाम झाला नव्हता. पण जमीनदार मात्र अजूनही असमाधानीच होता. त्यानं आपल्या सेवकांकरवी विष्णूच्या कोठडीला आग लावून दिली, पण विष्णूने तात्काळ पावसाचं चित्र चितारून ती आग विझवून टाकली. त्यानंतर जमीनदाराने आपल्या सेवकांकरवी विष्णूच्या अंगावर थंडगार पाण्याचे फवारे मारण्यास सुरुवात केली, पण विष्णूने त्यापासून संरक्षणासाठी अंगरखे चितारले. अखेर चिडून जमीनदाराने विष्णूला ठार मारण्यासाठी माणसे पाठवली. विष्णूपण काही कमी नव्हता. त्यानं झटपट शिडीचं चित्र काढून ती शिडी खिडकीपाशी लावली व तो कोठडीतून पळून गेला. त्याच्या मागोमाग जमीनदाराचे सैनिक शिडी चढून येण्याचा प्रयत्न करू लागले. त्याक्षणी त्याने आपल्या हातातील चित्रातील शिडीची एक पायरी मोडली असल्याचं दाखवलं. त्यामुळे सैनिक खाली पडले. खिडकीबाहेर पडताच विष्णूनं एका पांढऱ्या घोड्याचं चित्र काढलं, त्या घोड्यावर आरूढ होऊन तेथून पळ काढला. जमीनदाराचे सैनिक हातात तलवार घेऊन त्याच्या मागे लागले. विष्णूने तात्काळ धनुष्यबाणांचं चित्र काढून, त्याचा वापर करून त्यांना मारून टाकलं व स्वत:ची सुटका करून घेतली.

विष्णू नंतर राजधानीत गेला आणि तिथं राहू लागला. त्यानं तिथंही नवनवीन चित्रं चितारण्यास सुरुवात केली, पण आता त्यानं त्यात थोडासा बदल केला होता. आपल्या प्रत्येक चित्रात तो जाणून बुजून काही ना काहीतरी त्रुटी ठेवत असे. त्यामुळे ते चित्र सजीव न बनता चित्र याच स्वरूपात राहत असे. ते विकल्यानंतर त्याला बरेच पैसे मिळत. आपल्या जादूच्या कुंचल्याविषयी व

आपण काढत असलेल्या पूर्वीच्या चित्रांविषयी या कानाचं त्या कानाला कळू नये, याची तो खबरदारी घेई. उगाच राजाच्या कानावर गेलं आणि त्याने आपल्याला त्रास द्यायला सुरुवात केली, तर काय करायचं? त्यापेक्षा नकोच ते! असा विचार त्याने मनात केला होता. एक दिवस त्याने एका सुंदर पांढऱ्याशुभ्र बगळ्याचं चित्र काढून तयार केलं, पण चित्रात काहीतरी उणीव ठेवायची, म्हणून त्याने त्याला डोळेच काढले नाहीत. पण झालं काय... घाईगडबडीत कुंचल्याच्या टोकाचा काळाभोर रंग उडला आणि बगळ्याच्या डोळ्यांच्या जागी त्यांचे ठिपके पडले. झालं. बगळा जिवंत होऊन निळ्याभोर आकाशात उडूनसुद्धा गेला.

बघता बघता ही चमत्कारिक वार्ता वाऱ्यासारखी नगरात पसरली. ती राजाच्या सुद्धा कानावर गेली. त्याने ताबडतोब विष्णूला आपल्या राजवाड्यात बोलावून घेतलं. राजा दुष्ट होता. आपण विष्णूला काहीही जरी आज्ञा केली, तरी तो तिचं पालन मुळीच करणार नाही, याची त्याला पूर्ण कल्पना होती. त्यामुळे विष्णू समोर हजर होताच त्याने सगळ्यात प्रथम त्याचा तो जादूचा कुंचला हस्तगत केला आणि नंतरच त्याला कैदेत टाकलं. त्यानंतर राजाने त्या कुंचल्याने स्वत:च चित्र चितारण्यास सुरुवात केली. तो अत्यंत लोभी असल्याने त्याने पहिलंच चित्र सोन्याच्या चमकदार चिपांचं काढलं. त्याही थोड्या नव्हे, तर भरपूर सोन्याच्या चिपा. त्यानं चित्र पूर्ण केलं आणि एक नवल घडलं. जडजड सोन्याच्या चिपा त्याच्या डोक्यावर कोसळू लागल्या. राजा त्या भडिमारानं खालीच पडला. तरीही त्याची हाव काही त्याला स्वस्थ बसू देईना. त्याने मोठमोठ्या आकाराच्या पुष्कळ हिऱ्यांची चित्र काढण्यास

सुरुवात केली. ते हिरे खरे झाले आणि सूर्यप्रकाशात लखलखू लागले. त्या लखलखाटाने राजाचे डोळे दिपून गेले. त्याच्या डोळ्यांपुढे अंधारी आली. आता आपली दृष्टी जाईल की काय, असं वाटून तो घाबरला. आपल्या अंगात या कुंचल्याला सांभाळण्याची ताकद नाही, हे त्याला कळून चुकलं. मग त्याने विष्णूला कोठडीतून आपल्यासमोर बोलावून घेतलं आणि त्याला आज्ञा केली, "तू माझ्यासाठी प्रचंड मोठ्या सुवर्णवृक्षाचं चित्र काढ!"

विष्णूने कुंचला हातात घेतला आणि सर्वांत प्रथम समुद्राचं चित्र काढलं चित्र पूर्ण होताच मोठमोठ्या लाटा उसळू लागल्या. राजा आश्चर्यानं थक्क झाला. विष्णू म्हणाला, "महाराज मी आता या समुद्रात एक बेट चितारतो. त्या बेटाच्या मधोमध एक सुवर्णवृक्ष काढतो. त्या बेटावर फक्त तुम्हीच जाऊ शकाल. दुसरं कोणीच नाही. मग तुम्ही तिथे जा आणि हवं तेवढं सोनं घ्या."

ते ऐकून राजा प्रसन्न झाला. मग विष्णूने समुद्रात एक बेट रंगवलं व त्यावर भलंमोठं सोन्याचं झाड रंगवलं. ते मनोरम दृश्य पाहून राजाला तर अस्मान ठेंगणं झालं.

आता विष्णूने एक नाव चितारली. ती काढून पूर्ण होताच लाटांवर हेलकावे खाऊ लागली. राजा लगेच त्या नावेत बसला आणि ती वल्हवू लागला. तो एकीकडे विष्णूला ओरडून म्हणाला, "समुद्रात पुष्कळ लाटा चितार. मला लवकर लवकर त्या बेटावर पोहोचायचंय."

विष्णूने हसून आणखी लाटा चितारल्या, पण राजाचं काही समाधान होईना. "आणखी लाटा... विष्णू, आणखी लाटा."

आता विष्णूनं इतक्या लाटा काढल्या, की ती नाव जोरजोरात हेलकावे खाऊ लागली... वर खाली... वर खाली... राजा मनातून घाबरला. "विष्णू, अरे लाटा थोड्या कमी कर!" तो म्हणाला.

पण विष्णू कुठला ऐकतोय! त्याने आणखी लाटा काढायला सुरुवात केली. अखेर नाव बुडली, राजा बुडला, ते बेट आणि त्यावरचं ते झाड, सर्वांनाच जलसमाधी मिळाली. काहीच वाचलं नाही.

विष्णूने तो जादूचा कुंचला घेतला आणि समुद्राच्या पाण्यात फेकून दिला. माणसाला जर अतींद्रिय शक्ती प्राप्त झाल्या, तर त्याच्या डोक्यावरच्या जबाबदाऱ्या शतपटीने वाढतात, हे त्याला आता पुरतं कळून चुकलं होतं. त्यापेक्षा साधासुधा चित्रकार असणंच बरं. त्याने नेहमीचा साधासुधा कुंचला वापरून इतर चित्रकारांसारखीच साधी चित्रं काढण्यास सुरुवात केली व सर्वसामान्यांसारखं जीवन तो जगू लागला.

■

देवसुंदरी

हुविनाहदाळी नावाच्या गावात गोपाल नावाचा तरुण राहत होता. तो अत्यंत बुद्धिमान, दिसायला उमदा, देखणा आणि शिवाय श्रीमंतही होता. त्याची भली मोठी हवेली होती. हवेलीभोवती मोठी बाग होती आणि त्याच्याकडे सात गाई होत्या. त्या गाई वैशिष्ट्यपूर्ण होत्या. त्या चांगल्या धष्टपुष्ट होत्या आणि इतर कोणत्याही सामान्य गाईपेक्षा कित्येक पटीनं जास्त दूध देत असत. ते दूध चवीला अत्यंत मधुर व पौष्टिक असे. संपूर्ण राज्यात त्यामुळे ते दूध प्रसिद्ध होतं. त्या गाईंमुळेच गोपाल इतका सधन झाला होता. त्या गाईंना तो आपली संपत्ती मानत असे. त्या गाईंना तो आपल्या जिवापलीकडे जपायचा, त्यांची उत्तम देखभाल करायचा.

एक दिवस पहाटे उठून गोपाल गाईंच्या धारा काढायला गेला, पण पहिल्या गाईचं दूध काढू लागताच त्याच्या असं लक्षात आलं, की ती दूध देतच नव्हती. तिला पान्हा फुटत नव्हता. मग त्यानं दुसऱ्या गाईचं दूध काढण्याचा प्रयत्न केला. तेव्हाही तसंच घडलं. त्या दिवशी सातही गाईंचं दूध काढण्यात त्याला काही यश आलं नाही. हे काय गौडबंगाल आहे, हे काही त्याला समजेना. गाईंच्या चाऱ्यात तर काही गडबड नसेल ना? असं त्याला वाटलं. त्याने आपल्या नोकरांना सांगून अत्यंत उत्कृष्ट प्रतीचा चारा मागवला व तो गाईंना चारला.

दुसऱ्या दिवशी पहाटे परत तसंच घडलं. कोणतीही गाय दूध देईना. मग त्याने स्वत: सर्व गाईंना घरामागच्या कुरणात चरण्यासाठी नेलं. त्याच्या देखरेखीखाली गाई चरू लागल्या आणि तरीही दुसऱ्या दिवशी त्यांनी दूध दिलंच नाही.

गाईंना दुसऱ्या ठिकाणी चरायला न्यावं. जागा आणि वातावरण बदललं की त्यांना पान्हा फुटेल, असं त्याला वाटलं. त्यानं गाईंना आता नदीकाठी चरायला नेलं. तिथं गवत आणि पाणी मधुर होतं. गाईंनी तिथे मोठ्या आनंदाने विहार केला आणि पोटभर गवत खाल्लं.

परत दुसऱ्या दिवशी तोच प्रकार घडला. एकाहीी गाईनं दूध दिलं नाही. आता मात्र गोपाल काळजीत पडला. या दुधाच्या उत्पन्नावरच तर त्याचा उदरनिर्वाह

चालत होता. त्याची प्रतिष्ठा आता पणाला लागली होती. प्रश्न गवताचा किंवा इतर कोणत्याही गोष्टीचा नसून, कोणीतरी आपल्याआधी चोरून गाईंच्या धारा काढायला येत असावं, असं त्याला वाटू लागलं. मग त्याने आपल्या नोकरांना बोलावून घेतलं व घराच्या मुख्य फाटकावर कडी नजर ठेवण्याची सूचना दिली, पण तरीही कसं कोण जाणे, दूध मिळतच नव्हतं. ते नक्कीच कोणीतरी चोरून नेत होतं.

आता गोपालने रात्रीच्या वेळी जातीने गाईंवर पहारा ठेवण्याचं ठरवलं. रात्रभर काहीही घडलं नाही, पण पहाटेच्या वेळी मंद वाऱ्याच्या झुळकीसरशी एक अनामिक गंध त्याच्या नाकात शिरला आणि त्यानं जणू गुंगी आल्यासारखा तो झोपी गेला. त्याला जाग आली, तेव्हा उन्हं चांगलीच डोळ्यावर आली होती आणि आजही दुधाचा पत्ता नव्हता.

कोणीतरी ही युक्ती करून दूध चोरून नेत आहे, हे आता गोपालला कळून चुकलं. मग त्या रात्री त्यानं डोक्यावरून काळा बुरखा घेतला आणि अंधारात एका कोपऱ्यात लपून बसला. पहाटेचा वारा नेहमीसारखा सुगंध बरोबर घेऊन आला, पण गोपालनं मुठीनं नाक घट्ट धरून ठेवलं. तो डोळे फाडून बघत राहिला. थोड्याच वेळात एक अतर्क्य गोष्ट घडली. आकाशातून एक सुवर्णाची शिडी खाली सोडण्यात आली आणि त्यावरून सात असामान्य लावण्यवती हसत खेळत खाली उतरून आल्या. प्रत्येकीच्या हातात एक सुवर्णाची घागर होती.

गोपालचा तर आपल्या डोळ्यांवर विश्वासच बसेना. त्या स्वप्नसुंदरींपैकी प्रत्येकीनं गोपालच्या एकेका गाईचं दूध काढलं आणि आपल्याजवळची घागर भरताच त्या सुवर्णाच्या शिडीवरून वर चढू लागल्या. गोपाल आता त्यांच्या दिशेला पळत सुटला. गोपालला बघताच त्या घाबरल्या आणि अधिकच जोरानं वर जाऊ लागल्या. त्या सर्वांना पकडणं तर काही गोपालला शक्य नव्हतं; पण त्याने सातव्या तरुणीचा हात घट्ट पकडला. बाकीच्या सहा तरुणी त्या सुवर्णाच्या शिडीसह आकाशात अदृश्य झाल्या. ती शेवटची गोपालच्या तावडीत सापडलेली तरुणी भीतीनं थरथर कापू लागली. तिच्या सुंदर डोळ्यांतून अश्रू वाहू लागले.

"तुम्ही कोण आहात? तुम्ही माझ्या गाईंचं दूध रोज चोरून का म्हणून नेता? मी तुमचा काय अपराध केला आहे?" गोपालनं तिच्यावर प्रश्नांचा भडिमार केला.

"आम्ही स्वर्गाचा राजा देवेंद्र यांच्या सात कन्या आहोत. आमच्या इंद्रलोकी मुबलक दूध मिळतं, पण तुझ्या गाईंच्या दुधाइतकं सुमधुर दूध मात्र कुठंच मिळत नाही. आम्ही तुझ्याकडच्या दुधाची ख्याती ऐकून होतो, त्यामुळं त्याची चव घ्यायचीच असं आम्ही ठरवलं. एकदा त्याची चव घेताच आम्हाला कळून

चुकलं, खरंच, इतकं सुमधुर दूध कुठेच मिळणार नाही. मला तुम्ही कृपा करून सोडा. मी तुम्हाला पाहिजे तेवढी धनदौलत देईन, पण मी इंद्रलोकापासून दूर राहू शकत नाही.''

पण त्या लावण्यवतीच्या असामान्य सौंदर्यानं गोपाल जणू मंत्रमुग्ध होऊन गेला होता. तो देहभान विसरला होता. तो म्हणाला, ''हे सुंदरी, तुझ्या लावण्यानं मी मोहित झालो आहे. तू माझ्याशी विवाह कर. माझी पत्नी होऊन माझ्या घरी राहा. म्हणजे तुला रोज हवं तेवढं दूध मिळेल, तेही चोरी न करता. शिवाय मी तुझी काळजी घेईन.''

त्याची ती जगावेगळी विनंती ऐकून त्या लावण्यवतीला काय बोलावं तेच सुचेना. ती गोंधळून गेली. ''अरे, पण ते कसं शक्य आहे? आपल्या दोघांची जगं किती वेगवेगळी आहेत.''

पण गोपाल काही ऐकायलाच तयार नव्हता. अखेर तिनं त्याचं म्हणणं मान्य केलं, पण ते एका अटीवर. ती म्हणाली, ''हे बघ, मी तुझ्याशी विवाह करीन, पण त्याचवेळी माझ्याजवळची ही सुवर्णाची घागर मी बंद करून तुझ्या

घराच्या माळ्यावर ठेवून देईन. ती तू कधीच उघडायची नाहीस. जर ती तू उघडलीस, तर मात्र मी तुला सोडून जाईन.''

गोपालने ती अट तात्काळ मान्य केली आणि ते दोघेही विवाहबद्ध झाले.

त्यानंतर दोघांचं आयुष्य अत्यंत सुखात सुरळीत चालू होतं. आकाशातून उतरलेली ती सुंदरी पृथ्वीवर चांगलीच रुळली होती. दिवस चालले होते.

एक दिवस ती बाहेर गेली असताना काहीतरी काम निघालं आणि गोपालला माळ्यावर चढावं लागलं. तिथे त्याची नजर त्या सुवर्णाच्या बंद घागरीवर पडली. त्याच्या आत काय असेल बरं? या विचारानं तो अस्वस्थ झाला. आपण नुसतं आत डोकावून पाहिलं, तर आपली प्रेमळ पत्नी आपल्यावर नक्कीच चिडणार नाही, असं त्याच्या मनात आलं.

त्याने ती घागर पुढं ओढली आणि त्यावरचं झाकण काढलं. पाहतो तर काय. ती रिकामीच होती. आत काहीच नव्हतं. आपल्या पत्नीच्या वेडेपणाचं त्याला मनापासून हसू आलं. तो खाली उतरून आपल्या कामाला लागला. सायंकाळी त्याची पत्नी घरी परतली. घरात पाऊल टाकताच तिच्या सर्व काही लक्षात आलं. तिचा चेहरा विवर्ण झाला. ती दुःखी झाली. ती गोपालला हाक मारून म्हणाली,

"मला आता गेलं पाहिजे."

"पण तू इतकी अस्वस्थ का होते आहेस? त्या घागरीत काहीच नव्हतं."

"अरे, गोपाल... माझी सगळी स्वप्नं मी त्या कळशीत भरून ठेवली होती. तू तिचं झाकण उघडताच ती सगळी वाऱ्याबरोबर उडून गेली. तुमच्या या जगात माझ्या स्वप्नांशिवाय जगणं मला शक्य नाही रे. आपण जरी परस्परांच्या कितीही निकट आलो ना, तरी प्रत्येकाची स्वतःची अशी काही स्वप्नंही असतातच, असावीच लागतात. स्वप्नांमुळेच तर आपण भविष्याकडे बघायला शिकतो, पण तू तुझ्या वचनाचा भंग केलास."

असं म्हणत क्षणार्धात गोपालची ती देवसुंदरी आपल्या घागरीसह त्याच्या आयुष्यातून कायमची निघून गेली, पण तिच्या बोलण्याचा मथितार्थ ती गेल्यावर गोपालच्या ध्यानात आला. तिच्याविषयी त्याला आत्यंतिक आदर वाटू लागला.

त्यानंतर काही काळाने गोपालनं आपलं दुःख विसरून गावातील एका साध्यासुध्या मुलीशी विवाह केला आणि तो सुखानं राहू लागला.

■

श्रमविभागणी

तरुण हा एक आळशी मुलगा होता. लोकांना फसवून त्यांच्याकडून पैसे लुबाडून त्या पैशावर ऐषाराम करण्याची त्याला सवयच लागली होती. आपण आयुष्यात भरपूर संपत्ती कमवायची असं त्याचं स्वप्न होतं. एक दिवस त्याला एक अभिनव कल्पना सुचली. श्रीमंत व्हायचं तर माणसानं काहीतरी धंदा करायला हवा. केवळ धंद्यातच अल्पावधीत अमाप पैसा मिळवता येतो, असं त्याच्या मनानं घेतलं.

मग तो नदीच्या काठी पडून विचार करू लागला. खरंच, कुठला धंदा सुरू करावा बरं? अचानक त्याला एक कल्पना सुचली. खरंच, आपण मासेमारीचा धंदा सुरू केला तर? त्यामुळे भरमसाठ पैसेही मिळतील, शिवाय फुकटचे मासेपण खाता येतील...!

त्यानं मोठ्या उत्साहानं मासेमारीचा धंदा करण्याचा निर्णय तर घेतला, पण त्यामागे किती अविश्रांत मेहनत करावी लागेल, हा विचार मनात येताच आळशीपणाने त्याचा ताबा घेतला. त्याने तो विचार रद्द केला. आता त्याच्या डोक्यात निराळीच योजना घोळू लागली. आपण धंदा सुरू करायचा तो एकट्याने नाही, तर भागीदारीत! म्हणजे आपण असा भागीदार शोधायचा, जो कष्टाळू असेल, मेहनती असेल. म्हणजे तोच रात्रंदिवस काम करील. आपण नुसतं आयतं बसून खायचं. आता तरुणच्या अंगात परत एकदा उत्साहाचा संचार झाला. तो सरळ उठला आणि बाजारात गेला. तिथं त्याला अनेक लोक भेटले. त्यांच्यापैकी प्रत्येकाला एकटं गाठून तो एकच प्रश्न विचारू लागला, "मला धंदा सुरू करायचाय. भागीदारीत. माझ्याबरोबर भागीदार होण्यास कोण तयार आहे? जो काही नफा होईल, त्याची दोघांनी आपापसात समसमान वाटणी करायची.

पण प्रत्येकानं त्याला एकच उत्तर दिलं, "अरे तरुण, तुझ्याबरोबर भागीदारीत धंदा करायला मी काय वेडा आहे का? तुझ्याबरोबर भागीदारी, म्हणजे तू नुसता बसून खाणार आणि मी एकट्यानं कामाचा गाडा ओढायचा होय? केवळ एखादा मूर्खच तुझ्याशी भागीदारीत धंदा करू शकेल.."

तरुणचा स्वभाव कसा आहे, याची गावातील प्रत्येकाला पूर्ण कल्पना होती.

आपल्या भूलथापांना कोणीही बळी पडणं शक्य नाही, हे लक्षात आल्यावर तरुणनं शेजारच्या गावात जाण्याचा निर्णय घेतला.

तिथे त्याला सुरेश भेटला. तरुणनं गोड गोड बोलून आपली भागीदारीची कल्पना सुरेशसमोर ठेवली. सुरेशनं सर्वकाही शांतपणे ऐकून घेतलं व तो हसला. तो तरुणचा भागीदार होण्यास तयार झाला. या गावातील पहिलाच माणूस इतका मूर्ख निघाला, हे पाहून तरुणला मनातून खूप आनंद झाला.

दुसऱ्या दिवशी तरुण आणि सुरेश गावच्या तळ्यापाशी गेले. तरुण म्हणाला, "आपल्या या धंद्यात चार पायऱ्या अत्यंत महत्त्वाच्या आहेत. पहिली पायरी गवताची पाती कापणं; दुसरी पायरी, कापलेल्या गवतापासून जाळं विणून तयार करणं; तिसरी पायरी ते तळ्यापाशी घेऊन जाणं आणि चौथी पायरी ते जाळं तळ्यात योग्य ठिकाणी पसरून ठेवणं. आपण दोघे भागीदार आहेत ना? मग एक काम तू करायचं आणि एक काम मी. तेव्हा आधी तू गवत कापायला घे. मी तुझ्या कामावर लक्ष ठेवण्याचं बघतो."

सुरेश क्षणभर विचारात पडला, पण मग तो तयार झाला. सुरेश खाली मान

घालून जिवापाड मेहनत करत होता. इकडे तरुण मात्र आजूबाजूची गंमत बघणं, उडत्या पक्ष्यांकडे बघणं, येणाऱ्या जाणाऱ्यांशी गप्पा मारणं, अशा गोष्टींमध्ये मग्न होता.

गवत कापून तयार झालं, मग तरुण म्हणाला, "ठीक आहे. तू आता जाळं वीण आणि मी तुझ्या कामावर देखरेख करतो."

सुरेश त्यावर काहीही न बोलता जाळं विणण्याच्या कामी लागला. थोड्या वेळाने जाळं तयार झालं. ते चांगलंच जड झालं होतं. तरुण म्हणाला, "ठीक आहे. आता हे जाळं घेऊन तळ्याकडे चल बघू. मी तुझ्या पाठोपाठ आलोच."

सुरेशनं परत एकदा तरुणचं म्हणणं ऐकलं. दोघे तळ्यापाशी आले. तरुण म्हणाला, "आता हे जाळं अगदी व्यवस्थित पाण्यात लावायचं आहे. तू लावायला सुरुवात कर. तू कसं लावतोस ते मी नीट लक्ष देऊन बघतो. त्यानंतरचे तीन दिवस आपल्याला इथे राखण करत बसावं लागेल."

सुरेशनं मुकाट्यानं हे पण ऐकलं.

पहिल्या दिवशी जाळ्यात एकसुद्धा मासा आला नाही. दुसऱ्या दिवशी फक्त एकच मोठा मासा आला. तरुण म्हणाला, "हे काय? एकच मासा. तोही तसा लहानच आहे. त्याचे तुकडे करणार तरी कसे? तो मीच ठेवून घेतो."

तिसऱ्या दिवशी जाळ्यात दोन मासे आले. तरुण म्हणाला, "मी दोन्ही मासे खातो. मी कसे खातो ते तू बघ. तुला खूप गंमत वाटेल."

तरुणला मनातून आनंद झाला होता. सगळं काम एकट्या सुरेशनंच केलं होतं. तरुणला तर नुसता फायदाच फायदा झाला होता; पण सुरेश म्हणाला, "तरुण, या तळ्यात तर काही मासेच नाहीत. शेजारच्या गावात एक मोठं तळं आहे. त्यात पुष्कळ मासे आहेत. चल, आपण तिकडे जाऊ."

मग दोघं त्या शेजारच्या गावातल्या तळ्यापाशी गेले. सुरेश म्हणाला, "तरुण, तू आता गवत कापायला सुरुवात कर. गवत कापता कापता तू थकून गेलास की मला सांग. तुझा थकवा मी घेईन, म्हणजे तुला परत गवत कापता येईल."

असं म्हणून तरुणच्या उत्तराची वाटही न बघता तो एका झाडाच्या सावलीत जाऊन गाढ झोपी गेला. आता काम करण्यावाचून तरुणपुढे काहीही पर्याय नव्हता. तरुणचं गवत कापून झालं. आता पुढचं काम सुरेशच्या गळ्यात मारायचं असं ठरवून तो संधीची वाट पाहत बसला. पण सुरेश झोपेतून उठून म्हणाला, "तुझ्या या थकव्यानं मला बराच त्रास दिला आहे, बरं का तरुण. तू आता असं कर, ते जाळं विणायला घे, तोपर्यंत मी तुझ्या डोळ्यांचं चुरचुरणं माझ्याकडं घेतो." असं म्हणून तरुणच्या उत्तराची वाटही न बघता डोळ्यांवर

ओलं फडकं ठेवून तो परत झोपी गेला.

जाळं विणून पूर्ण झालं. सुरेश म्हणाला, "अरे बापरे, किती जड आहे हे जाळं. तुझी पाठ दुखेल ना ते उचलून. तू असं कर, हे उचलून तळ्याकडं चालू लाग आणि तुझ्या पाठीचं दुखणं माझ्याकडं दे. मी तुझ्या मागोमाग ते घेऊन येतोच." असं म्हणून तो मुद्दामच वेदनेनं चेहरा पिळवटल्याची बतावणी करत पाठ वाकवून चालू लागला.

दोघं तळ्यापाशी पोहोचले. सुरेश म्हणाला, "आपण दोघांनी सारखंच काम केलं. आता मी तळ्याच्या त्या काठाला जाऊन हे जाळं लावतो. पण तिथं पाण्यात काही विषारी किडे आहेत. ते जर का मला चावले, तर मात्र माझ्या वाट्याचं मरण तुला घ्यावं लागेल" आणि तो तळ्याच्या दुसऱ्या बाजूकडे जाण्यास निघाला.

त्याचे शब्द ऐकून तरुण घाबरून म्हणाला, "नको, नको. जाळं पसरण्याचं काम मीच करतो, पण विषारी किडे मला चावले तर तू मर."

सुरेश तात्काळ काठावर पथारी टाकून पसरला आणि तरुण जाळं लावण्याच्या कामाला लागला. तळ्यात विषारी किडे नव्हतेच.

दुसऱ्या दिवशी त्यांच्या जाळ्यात दोन मासे लागले. ते चांगले मोठे होते. सुरेश म्हणाला, "हे बघ, आज हे दोन्ही मासे तूच घेऊन जा. उद्या जाळ्यात जे काही सापडेल ते सगळंच्या सगळं मी नेईन. मला हा मुलूख चांगला माहीत आहे. जसजसे दिवस जातील तसतसे आपल्याला जास्त मासे मिळत जातील."

तरुणला हे ऐकून असूया वाटली. सुरेशनंच पहिल्या दिवशीचे मासे घरी न्यावे असा त्यानं हट्टच धरला. "उद्या मिळतील ते मासे मी नेईन," असं तो म्हणू लागला.

सुरेशनं अगदी नाईलाज झाल्यासारखं दाखवून ते मासे नेले.

दुसऱ्या दिवशी पाहतात तर काय? जाळ्यात चार मासे अडकलेले होते.

सुरेश म्हणाला, "आज हे सगळे मासे तू एकटा घेऊन जा. उद्या आणखी पुष्कळ मासे मिळतील. हा मुलूख माझ्या नीट माहितीचा आहे. मात्र उद्यापासून एक करू, जे काही मासे मिळतील ते निम्मे निम्मे दोघंही घेऊ."

ते ऐकताच तरुणच्या मनात संशय निर्माण झाला. त्याला वाटलं, काहीतरी गडबड घोटाळा आहे. आता नेमके उद्या जर आठ मासे मिळाले तर उगीच त्यातले चार या सुरेशला द्यावे लागतील. मग तो म्हणाला, "तसं नको. हे मासे तू आत्ता घेऊन जा. उद्या जे काय सापडतील ते सगळे माझे."

परत एकदा सुरेशनं नाईलाज झाल्यासारखे भाव चेहऱ्यावर आणले.

तिसऱ्या दिवशी केवळ एकच मासा जाळ्यात सापडला. सुरेश म्हणाला,

"कदाचित या माशांना आपला बेत आधीच कळला असेल. जाऊ दे. आता आपण असं करू तू हा मासा घेऊन घरी जा आणि मी हे जाळं बाजारात नेऊन सरळ विकून टाकतो."

आता परत एकदा तरुणच्या मनात चलबिचल झाली. 'हा सुरेश पक्का भामटा आहे. तो दरवेळी जे काही किफायतशीर असेल ते स्वत:साठी ठेवतो. याचा अर्थ असा, की ते जाळं नक्कीच जास्त महत्त्वाचं असणार. म्हणूनच हा मोठ्या उदारपणे मला मोठा मासा देऊ करतोय आणि जाळं स्वत:कडे ठेवून घेतोय.' तरुण त्याला म्हणाला, "नको, नको, तसं नको, तू तो मोठा मासा घे आणि ते जाळं तेवढं मला दे."

त्यानंतर तरुण ते जाळं घेऊन विकायला बाजारात गेला, पण ते पाहताच लोक त्याची खिल्ली उडवू लागले.

"अरे, तो बघा मूर्ख माणूस! गवताचं बनवलेलं, वापरून जुनं झालेलं, घाण वासाचं ते कोळ्याचं जाळं कोण विकत घेणार? खरं तर त्या जाळ्याला इतका घाण वास येतोय की त्याबद्दल आपण ह्याला शिक्षाच केली पाहिजे."

त्यांचे ते शब्द ऐकताच तरुणनं ते जाळं तिथेच टाकलं आणि तो धूम पळत सुटला. आपण सुरेशला चांगलं उल्लू बनवलं, असं त्याला आधी वाटलं होतं. पण प्रत्यक्षात झालं उलटंच. सुरेशनंच त्याला उल्लू बनवलं!

■

पैशाचं मोल

कळसपुरा शहरात रमेश नावाचा धनाढ्य व्यापारी राहत होता. त्याचं लहानपण अत्यंत गरिबीत गेलं होतं. केवळ कठोर मेहनत करून त्याने आज एवढी अमाप संपत्ती मिळवली होती. त्याला एकच मुलगा होता. त्याचं नाव तेजस्वी. तेजस्वी खरं तर अत्यंत बुद्धिमान होता. पण त्याचबरोबर तो आळशी आणि उधळ्यासुद्धा होता. तो काहीही कामधंदा न करता वेळ व्यर्थ दवडत असे. परिश्रमांचं माणसाच्या आयुष्यात किती महत्त्व असतं, हे त्याच्या मनावर बिंबवण्याचा रमेश अगदी आटोकाट प्रयत्न करीत असे; पण सगळं पालथ्या घड्यावर पाणी.

एक दिवस तेजस्वी घरी येऊन आपल्या वडिलांना म्हणाला, ''पिताजी, मला माझा स्वत:चा व्यवसाय सुरू करायचा आहे. कमी कालावधीत अमाप धन प्राप्त करण्याचा तो एकमेव मार्ग आहे. मला थोड्या भांडवलाची गरज आहे, तेवढं फक्त तुम्ही पुरवा.''

''तेजस्वी, असा कुठे धंदा करतात का? त्यासाठी भरपूर परिश्रम करण्याची तयारी पाहिजे आणि मुख्य म्हणजे धंद्यातील खाचाखोचा शिकून घेण्यासाठी आधी कुणा अनुभवी व्यक्तीच्या हाताखाली काम करायला हवं.'' रमेशने त्याला समजावण्याचा प्रयत्न केला.

पण तेजस्वीला आपल्या वडिलांचं काहीही ऐकायचं नव्हतं.

मग रमेशने आपल्या मुलाला चांगला धडा शिकवण्याचं ठरवलं.

''ठीक आहे. मी तुला जरूर मदत करीन, पण फक्त एकाच अटीवर. उद्यापासून रोज तू मला एक सुवर्णमुद्रा आणून दे. मी त्याचं काय करेन, याच्याशी तुझा काहीही संबंध नाही. त्याबद्दल तू तोंडानं आवाजसुद्धा काढायचा नाही. अखेर एक दिवस असा येईल की मी तुझ्याकडून सुवर्णमुद्रा घेणं बंद करीन. त्याच्या दुसऱ्या दिवशी मी तुला तुझ्या धंद्यासाठी लागेल तेवढं भांडवल देईन.''

आपल्या वडिलांची ही अट अगदी विचित्र आहे. असं तेजस्वी वाटलं, पण तरीही रोज एक सुवर्णमुद्रा देणं फारसं अवघड नव्हतं, त्यामुळे त्यानं ती अट मान्य केली. त्याच्याकडे वडिलांकडून हातखर्चासाठी मिळालेले काही पैसे होतेच.

त्यातूनच रोज एक सुवर्णमुद्रा काढून ती त्यांना द्यायची, असं त्यानं ठरवलं.

पहिल्या दिवशी रमेशने त्याच्याकडून ती सुवर्णमुद्रा घेतली आणि एक अक्षरही न बोलता त्याच्या समोरच अंगणातील विहिरीत ती टाकून दिली. तेजस्वीने त्याबद्दल तोंडातून अवाक्षरही काढायचं नाही, अशी त्यांच्या वडिलांची अट असल्यानं तो गप्प बसला.

काही दिवसानंतर तेजस्वीच्या जवळ शिल्लक असलेल्या सुवर्णमुद्रा संपुष्टात आल्या. मग त्याने आपल्या आईकडून काही सुवर्णमुद्रा घेतल्या. सुरुवातीला तिने हा आपल्या मुलाचा हा हट्ट पुरवला, पण अखेर एक दिवस ती पण रागवली. ती म्हणाली, ''विहिरीत फेकायला माझ्याजवळ पैसे नाहीत. तुझं तू काहीही कर!''

त्यानंतर तेजस्वी आपल्या बहिणीकडे गेला. तिने आपल्याजवळची काही नाणी प्रेमाने त्याला दिली. त्यावर काही दिवस गेले. अखेर आपल्या सुवर्णमुद्रांचं काय होत आहे, हे लक्षात आल्यावर ती सुद्धा रागावली. ती म्हणाली, ''विहिरीत फेकायला माझ्याजवळ पैसे नाहीत.''

अशा प्रकारे तेजस्वीने आधी आपल्या नातेवाईकांकडून व त्यानंतर मित्रांकडून, ओळखीच्या लोकांकडून सुवर्णमुद्रा आणून आपल्या वडिलांना रोज एक मुद्रा याप्रमाणे दिल्या. हळूहळू लोकांनी त्याला पैसे देणं बंद केलं, एवढंच नव्हे तर त्याला पाहून तोंड फिरवण्यास सुरुवात केली. आता आपणच काम मिळवून पैसे कमवावे व आपल्या वडिलांना द्यावे, असा त्यानं निश्चय केला; पण शिक्षण, अनुभव यापैकी काहीच गाठीला नसल्यामुळे त्याला चांगली नोकरी मिळेना. आता कठोर अंगमेहनतीचं काम स्वीकारण्यावाचून काही पर्यायच नव्हता. पण आजवरच्या आयुष्यात कधी इकडची काडीसुद्धा तिकडे करण्याची त्याला सवय नसल्यानं ते काम त्याला फारच कठीण जात होतं. संपूर्ण दिवसभर जीव तोडून काम केल्यावर संध्याकाळी अंग आंबून गेलं, हातपाय ठणकू लागले आणि मालकाने हातावर अगदीच किरकोळ रक्कम ठेवली. तेजस्वी तसाच थकून भागून घरी आला आणि त्याने रोजच्यासारखी एक सुवर्णमुद्रा वडिलांच्या हातावर ठेवली. वडिलांनी निर्विकार चेहऱ्यानं ती विहिरीत भिरकावली.

दुसऱ्या दिवशी कामाच्या शोधात तेजस्वीला घरापासून बरंच दूर जावं लागलं. रणरणत्या उन्हात त्याला दिवसभर काम करावं लागलं. शरीर ठणकू लागलं. हाता- पायांना फोड आले. परत संध्याकाळी तुटपुंजी मजुरी हातावर ठेवण्यात आली. घरी येऊन त्यानं एक सुवर्णमुद्रा वडिलांकडं दिली. त्यांनी काहीही न बोलता त्याच्यासमोरच ती विहिरीत फेकून दिली.

तिसऱ्या दिवशी तर जवळपास कुठेही काम उपलब्ध नव्हतं. अखेर अर्धा डोंगर चढून गेल्यावर एकदाचं काम मिळालं. कामाच्या ठिकाणी जाऊन पोहोचेपर्यंतच त्याचा अर्धा जीव झाला होता. सायंकाळी हातावर मिळालेले मजुरीचे पैसे घेऊन तो घरी आला. रोजच्यासारखी एक सुवर्णमुद्रा वडिलांच्या हातावर ठेवताच वडील उठले आणि विहिरीकडे चालू लागले. आता मात्र तेजस्वीचा संताप अनावर झाला. त्याने धावत जाऊन त्यांना थांबवलं, त्यांचा हात पकडला आणि म्हणाला, ''ही सुवर्णमुद्रा मिळवण्यासाठी मला किती कष्ट करावे लागतात याची तुम्हाला काही कल्पना तरी आहे का? अर्थात तुम्हाला ते कसं कळणार? तुम्ही एक तर घरात तरी असता, नाहीतर तुमच्या आलिशान पेढीवर आरामात बसलेले असता. तुम्ही निर्विकारपणे हे मी दिलेले पैसे खुशाल विहिरीत टाकून देता. तुम्हाला काही वाटत कसं नाही? इथून पुढे मी हे असलं काही चालू देणार नाही.''

रमेशच्या चेहऱ्यावर समाधान पसरलं. तो हसून म्हणाला, ''मुला, आज तू खरी परीक्षा उत्तीर्ण झालास. पैसा मिळवणं मुळीच सोपं नाही, हे तुला आता खरंच कळून चुकलंय. आता जर तुला धंदा करायचा असेल, तर मी तुला मदत करेन.''

तेजस्वीला आपल्या वडिलांच्या त्या वरकरणी विक्षिप्त वाटणाऱ्या वागण्यापाठीमागे दडलेला खरा अर्थ उमगला. पुढे भरपूर कष्ट करून तो आयुष्यात खूप यशस्वी झाला.

■

मुकी राजकन्या

एका टेकडीच्या माथ्यावर एका भव्य प्रासादात वारिणी नावाची यक्षिणी राहत होती. तिच्या महालाभोवती मोठं उद्यान होतं. झुळझुळू वाहणारे झरे होते, खळाळते धबधबे होते, पण एवढ्या मोठ्या प्रासादात ती एकटीच राहत असे. सगळी सुखं तिच्या पायाशी लोळण घेत होती, पण तरी तिला खूप एकटं वाटायचं.

एक दिवस ती गावाबाहेरच्या रस्त्यावर फेरफटका मारत असताना रस्त्याच्या कडेला पडलेलं एक अनाथ बालक तिला दिसलं. ती एक मुलगी होती, पण ती दिसायला कुरूप होती, त्यामुळे तिला जवळ करायला कोणीही तयार नव्हतं. वारिणीला तिची दया आली. तिनं त्या अनाथ मुलीला उचलून घरी आणलं, स्वत:च्या पोटच्या मुलीप्रमाणे तिचा सांभाळ केला. सर्व सुखं, सर्व ऐषाराम तिला उपलब्ध करून दिले. वारिणीने तिचं 'उषा' असं नामकरण केलं. उषा बघता बघता लहानाची मोठी झाली, पण ती सुद्धा तशी एकाकीच असे. तिच्याशी खेळायला कोणी सवंगडी नव्हते. तरीही ती मूळची आनंदी स्वभावाची असल्यामुळे एकटीच खेळत राही.

एक दिवस वारिणीला काही कामानिमित्त दूरदेशी जावं लागणार होतं. तिनं उषाला जवळ बोलावून सांगितलं, "हे बघ बाळा, आपल्या घराच्या शेवटच्या मजल्यावर तीन खोल्या आहेत. बाकी कुठेही खेळलीस तरी हरकत नाही, पण त्या खोल्या मात्र चुकूनसुद्धा कधीही उघडू नकोस."

उषा होकार देऊन खेळायला निघून गेली. त्या तीन खोल्यांमध्ये काय असेल, अशी उत्सुकता तिला नेहमीच वाटायची. कदाचित त्या खोलीत आपल्या वयाचे काही खेळसवंगडी राहत असतील तर आपल्याला त्यांच्याशी खेळायला मिळेल, या विचारानं तिची उत्सुकता अधिकच ताणली गेली.

अखेर वारिणी निघून गेल्यावर धीर करून उषाने एका खोलीचा दरवाजा उघडला. तत्क्षणी एक लखलखीत तारा सुळकन निसटून खोलीबाहेर पडला आणि नाहीसा झाला. खोलीत आणखी काहीच नव्हतं. आता उषा मनातून घाबरली.

वारिणी दूरदेशाहून परत येताच घडला प्रकार तिच्या तात्काळ ध्यानी आला. ती संतप्त झाली. ती उषाला म्हणाली, "तू माझ्या आज्ञेचा भंग का केलास? परत कधीही असं करू नको. तू परत कधीही असं वागलीस, तर मात्र मी तुला घराबाहेर काढीन."

उषाने आपली चूक कबूल केली, वारिणीची क्षमा मागितली आणि काही न बोलता गप्प बसून राहिली. घडल्या प्रकाराला एक वर्ष लोटलं. परत एकदा वारिणीला दूरदेशी जाण्याची वेळ आली. परत उषाला जवळ बोलावून तिनं नीट समजावून सांगितलं, "आता या खेपेला मात्र काही झालं तरी दुसऱ्या खोलीचं दार उघडण्याची चूक करू नको. मी आत्ताच तुला सक्त ताकीद देत आहे."

उषाने ते मान्य केलं. काही दिवस गेले. परत एकदा मनातील उत्सुकता उषाला गप्प बसू देईना. या खेपेला आपण दार पुरतं उघडायचंच नाही. नुसतं जरासं किलकिलं करून आत डोकावून बघायचं, असं तिनं ठरवलं. त्याप्रमाणे तिनं हलकेच दार किलकिलं करताच चंद्र त्या फटीतून निसटला आणि आकाशात दिसेनासा झाला.

उषाला आता भीती वाटू लागली. या खेपेला वारिणी चांगलीच संतापली. उषाने डोळ्यात पाणी आणून अनेकदा तिची माफी मागितली, क्षमायाचना केली. वारिणीनं कसंबसं तिला माफ केलं व अखेरची ताकीद दिली.

एक वर्षानंतर परत एकदा वारिणीस दूरदेशी जावं लागलं. या खेपेला ती म्हणाली, "उषा, आता मी तुला अखेरची ताकीद देत आहे. जर तिसऱ्या खोलीचं दार उघडलंस तर खबरदार. मी तुला सरळ घराबाहेर काढीन."

उषाने तसं कबूल केलं. तिनं तिसऱ्या खोलीचं दार उघडण्याचा विचार चुकूनसुद्धा मनात आणला नाही, पण एक दिवस परत एकदा त्या बंद दाराकडे लक्ष जाताच तिच्या मनात आलं, 'समजा मी दरवाजा उघडलाच नाही, पण खिळ्यानं एक छोटंसं भोक पाडलं आणि त्याला डोळा लावून जरा आत पाहिलं, तर काय मोठं बिघडणार आहे?'

उषाने खिळा घेतला, हातोडी घेतली आणि दाराला एक छोटंसं भोक पाडलं. पण त्या भोकाला डोळा लावून बघण्याआधीच खोलीतला सूर्य त्या भोकातून बाहेर पडला. उषा भीतीनं थरथर कापत तिथंच उभी राहिली.

वारिणीला ही गोष्ट घरी येताक्षणीच समजली. आता मात्र तिने खरोखरच उषाला घराबाहेर काढायचं ठरवलं. ती म्हणाली, "आता मात्र तुला बाहेर काढण्यावाचून माझ्यापुढे काही उपायच उरलेला नाही. पण आज गेली इतकी वर्षं मी स्वतःच्या मुलीप्रमाणे तुझा सांभाळ केला आहे. त्यामळे मी तुझ्यापुढे दोन

पर्याय ठेवते. मी तुझं रूपांतर एका अत्यंत लावण्यवती अशा राजकन्येत करेन, पण मग तुझी वाचा जाऊन तू मुकी होशील; किंवा मी तुझं रूपांतर एका अत्यंत कुरूप मुलीत करीन, पण तुझ्या अंगी काही खास सामर्थ्य असेल. काय हवं, हे तूच ठरव!''

उषाने क्षणभर विचार केला आणि तिने लावण्यवती पण मुकी राजकन्या होणं पसंत केलं. याक्षिणीनं तसं केलं. त्यानंतर उषा एकटीच घराबाहेर पडून रानात गेली. ती खूप घाबरून गेली होती. ती तिथं एकटीच होती. ती तशीच इकडे-तिकडे भरकटत राहिली. चालता चालता तिला एक सुंदर तळं लागलं. त्याच्या काठी सुमधुर फळांनी लगडलेलं एक झाड होतं. उषा घाबरून जिवाच्या भीतीनं त्या झाडावर चढून बसली.

राजाचा एक राजवाडा त्या रानाच्या जवळच होता. उन्हाळ्याच्या दिवसात राजा व त्याचे कुटुंबीय तेथे वास्तव्यासाठी आलेले होते. दुसऱ्या दिवशी सकाळी राजवाड्यातली एक दासी त्या तळ्याकाठी पाणी भरण्यासाठी आली. ती घागर घेऊन पाणी भरण्यासाठी तळ्यात वाकली तेव्हा तिला एका अप्रतिम लावण्यवतीचं प्रतिबिंब पाण्यात पडलेलं दिसलं. खरं म्हणजे झाडावर बसलेल्या उषाचं ते प्रतिबिंब होतं, पण त्या दासीनं मात्र हे आपल्याच चेहऱ्याचं प्रतिबिंब आहे, असा ग्रह करून घेतला. ती स्वत:शीच मोठ्यांदा म्हणाली, ''खरं तर मी इतकी सुंदर आहे, की मी राजाची राणी होऊ शकते. ही असली हलकी सलकी कामं मी कशासाठी करू?'' तिने हातातील घागर फेकून दिली आणि ती निघून गेली.

थोड्यावेळाने राजवाड्यातील स्वयंपाकीण पाणी नेण्यासाठी आली. परत एकदा तसंच घडलं. उषाचं प्रतिबिंब हे स्वत:चंच प्रतिबिंब असल्याचा समज तिनं करून घेतला आणि तीही हातातील घागर फेकून देऊन निघून गेली.

राजवाड्यात जेवणाची वेळ टळून गेली होती. राजपुत्राला अन्नही मिळालं नव्हतं आणि पाणीही. त्यानं राजवाड्यात चौकशी करताच त्याला बातमी कळली; राजवाड्यातील दासी आणि स्वयंपाकीण या दोघी स्वत:ला राणी होण्याच्या योग्यतेच्या समजत असल्यामुळं नोकरी सोडून निघून गेल्या आहेत. त्या दोघींचा असा ग्रह कशामुळे झाला याविषयी त्याने जरा खोलात शिरून माहिती काढल्यावर त्याला असं समजलं, की रानातील एका तळ्यात त्या दोघींनी पाणी भरण्याच्या वेळी स्वत:चं प्रतिबिंब पाहिलं होतं. ते प्रतिबिंब इतकं असामान्य सुंदर होतं, की त्यामुळेच त्यांचा स्वत:विषयी असा ग्रह झालेला आहे. हा सर्व वृत्तांत ऐकून राजपुत्र आश्चर्यानं थक्क झाला. हे तळं नक्कीच मंतरलेलं असलं पाहिजे, असं त्याला वाटलं. कुतूहलापोटी तो स्वत:च त्या तळ्यापाशी आला. तळ्यात

डोकावताच त्यालाही उषाचं प्रतिबिंब दिसलं. त्यानं मागे वळून सावकाश आपली नजर वर फिरवली तेव्हा भीतीनं थरथर कापत झाडावर चढून बसलेली उषा त्याला दिसली. राजपुत्रानं तिची बरीच मनधरणी केल्यावर अखेर ती खाली उतरली. तिच्या सौंदर्याने मोहित होऊन त्याने तिच्याशी विवाह करण्याचा निर्णय घेतला.

राजपुत्राच्या आईला, म्हणजे महाराणीला मात्र ही कल्पना मुळीच पसंत पडली नाही. "कोण कुठली ही मुलगी? हिच्याविषयी आपल्याला काहीच माहीत नाही. शिवाय ती काहीच बोलत नाही. कदाचित ती दुष्ट चेटकीणसुद्धा असेल. ती मनात काहीतरी हेतू बाळगून इकडे आली असेल. तिचे आईवडील कुठे आहेत, ते आहेत की नाहीत, काहीच माहीत नाही आपल्याला. मी या विवाहाला मुळीच मान्यता देणार नाही."

पण राजपुत्राने आपल्या आईचं काहीच ऐकलं नाही आणि हट्टानं तिच्याशी विवाह केला.

उषा एक उत्तम पत्नी, उत्तम गृहिणी होती, पण ती राणीच्या पसंतीस काही उतरू शकली नाही. असेच काही दिवस गेले. यथावकाश उषाला एक सुंदर मुलगा झाला. संपूर्ण राजवाड्यात उत्साहाचं वातावरण पसरलं. जल्लोष सुरू झाला. रात्रीच्या वेळी उषा आपल्या महालात त्या बाळाला कुशीत घेऊन झोपली

असताना वारिणी यक्षीण खिडकीतून आत आली. तिने उषाच्या बाळाला अलगद उचलून घेतलं आणि निद्रिस्त उषाच्या ओठांना थोडं रक्त लावलं व ती बाळासह निघून गेली.

दुसऱ्या दिवशी सकाळी बाळराजा नाहीसा झालेला पाहून राजवाड्यात हाहाकार उडाला. नक्की काय घडलं हे तर उषाला सांगताच येत नव्हतं. ती झोपली असताना बाळराजा नाहीसा झाला होता. शिवाय ती स्वत: मुकी असल्यानं ती नुसतीच रडत बसली होती. हिनं आपल्या स्वत:च्या बाळाला खाऊन टाकलं असणार, असा ग्रह राणीनं करून घेतला. ती राजपुत्राला म्हणाली, "तुझ्या पत्नीला शिक्षा ठोठाव. तिचं हे वागणं अगदीच विचित्र आहे." पण राजपुत्रानं मात्र आपल्या आईचं म्हणणं ऐकलं नाही.

त्यानंतर कालांतरानं दोन वेळा परत हेच घडलं. उषाला आणखी दोन मुलं झाली व ती दोन्ही गेल्यावेळेसारखीच गायब झाली. उषाभोवती संशयाचं वातावरण पसरलं. राजपुत्रालाही आता काहीच समजेना. तो काळजीत पडला.

राणीनं उषाचा शिरच्छेद करण्याची आज्ञा दिली. उषाला वधस्तंभाकडं नेण्यात येऊ लागलं. ती मूकपणे रडत चालू लागली, एवढ्यात यक्षीण वारिणी तिथे प्रकट झाली. तिच्यासोबत अत्यंत गुटगुटीत सुंदर अशी तीन बालकं होती.

"उषा, बाळे, तुझ्यावर काय परिस्थिती आज ओढवली आहे, याची मला पूर्ण कल्पना आहे. एखाद्या आईला आपल्या मुलांचा वियोग सहन करणं किती कठीण असतं हे मला माहीत आहे. मीही माझ्या तीन मुलांना मुकले. तारा, चंद्र आणि सूर्य ही माझीच मुलं होती. तू माझ्या आज्ञेचा भंग करण्याची चूक केलीस आणि त्याचं दु:ख मला भोगावं लागलं. तुझ्या चुकीबद्दल तुला धडा शिकवावा म्हणून मी तुझ्या मुलांना तुझ्यापासून दूर नेलं. पण बघ, मी किती प्रेमानं त्यांचा सांभाळ केला आहे. तुझ्या मुलांना मी आता तुझ्याकडे परत सोपवते आहे. शिवाय तुझी हरवलेली वाचा सुद्धा तुला परत मिळेल. आपल्या कुटुंबाबरोबर सुखात रहा."

त्यानंतर उषा आपल्या पतीसोबत व तीनही पुत्रांसोबत सुखानं राहू लागली.

■

लोभ

कनकपुरा गावात वारिजा आणि जगन्नाथ हे जोडपं राहत होतं. त्यांचं घर रानाच्या एका टोकाला होतं. ते दोघंही गरीब होते आणि त्यांना मूलबाळ नव्हतं. जगन्नाथ हा एक शांत, सौम्य स्वभावाचा गृहस्थ होता, पण वारिजा मात्र सर्वांवर हुकुमत गाजवणाऱ्या कडक स्वभावाची होती.

एक दिवस जगन्नाथ आपली कुऱ्हाड घेऊन नेहमीसारखा लाकडं तोडण्यासाठी रानात गेला, पण त्याला हवं होतं तसं पूर्ण वाढलेलं आणि तोडण्यास सोपं, बारीक बुंध्याचं झाड कुठेच सापडलं नाही. मग तशा एखाद्या झाडाच्या शोधात तो रानात भटकत राहिला. फिरता फिरता तो घनदाट रानात जाऊन पोहोचला. अचानक त्याला अगदी हवं होतं तसंच झाड दिसलं. त्याच्या बुंध्यावर घाव घालण्यासाठी त्यानं आपली कुऱ्हाड उचलली, एवढ्यात झाडातून आवाज आला, "दया कर माझ्यावर. मला तोडू नको. तुला काय पाहिजे ते मी देईन. मी तुला हवी ती मदत करीन."

तो आवाज ऐकून जगन्नाथ क्षणभर भयभीत झाला, पण नंतर थोडा विचार करून म्हणाला, "माझ्या पत्नीनं जळणासाठी लाकूड आणण्यासाठी मला इकडं पाठवलं आहे. ते माझं काम तू पूर्ण कर."

झाड म्हणाले, "ठीक आहे. आता तू थेट घरी जा. तुझं काम पूर्ण झालेलं असेल."

त्यानंतर जगन्नाथ ताबडतोब आपल्या घरी निघून गेला. घराजवळ पोहोचल्यावर पाहतो तर काय! त्याच्या घराच्या अंगणात व्यवस्थित कापलेल्या लाकूडफाट्याचा ढीग अगदी नीटनेटकेपणानं लावून ठेवलेला होता. ते पाहून जगन्नाथला आनंद झाला. त्यानं घरात शिरून आपल्या पत्नीला घडलेली सर्व हकिकत सांगितली. ती ऐकून आपल्याप्रमाणेच तीसुद्धा आनंदून जाईल, असं त्याला वाटत होतं, पण झालं उलटंच. जगन्नाथाचं बोलणं ऐकत असताना तिच्या चेहऱ्यावरचे भाव हळूहळू बदलत चालले होते. तिच्या चेहऱ्यावरील आनंदाची जागा आता क्रोधाने घेतली होती. ती अत्यंत क्षुब्ध झाली होती.

"अरे, तू किती मूर्ख आहेस. आपल्या दोघांसाठी भरपूर धान्य नाही का

मागून आणायचं? लाकडांची ऊब आपल्याला खायला उपयोगी पडणार आहे का? आपलं पोट उपाशीच राहणार नाही का? जा आणि त्या झाडाकडे धान्यधुन्य मिळावं, अशी मागणी कर.''

जगन्नाथची मन:स्थिती आता द्विधा झाली, पण तो तसाच रानात जाऊन त्या झाडापुढे नम्रपणे हात जोडून उभा राहिला. तो म्हणाला, ''अरे झाडा, माझ्या पत्नीनं धान्य मागितलं आहे. कृपा कर आणि ते आम्हाला पुरव.''

झाड म्हणालं, ''पुरवीन.''

जगन्नाथ तेथून घरी परतला तेव्हा घराच्या अंगणात तांदुळाच्या गोण्यांची भली मोठी थप्पी भिंतीला लावून ठेवलेली होती. शिवाय त्याच्या पत्नीच्या चेहऱ्यावरही आनंद दिसत होता.

असे काही दिवस सुखासमाधानाने गेले. अचानक एक दिवस वारिजाचा चेहरा संतप्त दिसू लागला. ती पतीला हाक मारून म्हणाली, ''नुसते तांदूळ घेऊन कुठे जायचं? त्या झाडाकडे जा आणि अंगात घालायला कपडे मागून आण.''

जगन्नाथ परत रानात गेला आणि या नव्या मागणीसाठी त्यानं झाडापुढे हात जोडले. परत एकदा झाडाने 'तथास्तु' म्हणून त्याला परत घरी पाठवलं.

आता त्यांचं अंगण विविध प्रकारच्या, विविध रंगाच्या उंची वस्त्रप्रावरणांनी भरून गेलं होतं. त्यानंतरचे काही दिवस वारिजा आनंदात राहिली.

परत एकदा तिच्या मनातील अस्वस्थता उसळी मारून बाहेर आली. ''नुसतं धान्य, कपडे, लाकूडफाटा यानं काय होणार आहे? आपल्याकडे चांगलं घर हवं. जा त्या झाडाकडे आणि चांगलंसं घर माग.''

परत एकदा नित्याप्रमाणे जगन्नाथने रानात जाऊन आपल्या पत्नीची ही मागणी झाडापुढे ठेवली आणि झाडाने ती पूर्ण केली.

असेच काही दिवस लोटले. वारिजानं परत एकदा त्याला त्रास द्यायला सुरुवात केली. आता तिच्या मनात ढीगभर सोनं मिळण्याची अभिलाषा उत्पन्न झाली होती. ती म्हणाली, ''त्या मूर्ख झाडाकडे जा आणि चांगलं ढीगभर सोनं एकदाच माग, म्हणजे परत परत मागण्याची कटकट नको.''

परत एकदा तिची इच्छा पूर्ण करण्यासाठी जगन्नाथनं झाडाला साकडं घातलं. आता परत परत त्या झाडाकडे जाऊन हात पसरावे लागणार नाहीत, या गोष्टीने तो मनातून निर्धास्त झाला होता.

पण थोड्याच दिवसात त्याच्या पत्नीच्या असंतुष्ट वृत्तीनं डोकं वर काढलंच.

"हे एवढे पैसे आपल्या घरी ठेवून घ्यायचे, म्हणजे संकटालाच निमंत्रण. जर ही गोष्ट कुणाच्या लक्षात आली, तर या सोन्याच्या लोभानं ते आपला जीवसुद्धा घेतील. तू एक काम कर. त्या झाडाकडे जा आणि त्याला एकच मागणं माग. त्याला म्हण माझ्या पत्नीच्या बाबतीत असं काहीतरी कर, ज्यामुळे लोक तिला थरथर कापू लागतील. लोकांची माझ्याजवळ येण्याची हिंमतसुद्धा होता कामा नये. म्हणजे मी आपल्या संपत्तीचं संरक्षण करू शकेन."

तिचं मन वळवण्याचा जगन्नाथनं पुष्कळ प्रयत्न करून पाहिला, पण व्यर्थ. ती हट्टाला पेटली होती. अखेर तिच्या दबावाखाली त्याला मान तुकवावी लागली. तो परत रानात जाऊन त्या झाडासमोर उभा राहिला आणि त्यानं वारिजाचं मागणं जशाच्या तशा शब्दात झाडासमोर ठेवलं." झाड म्हणालं, "घरी जा. तुझी ही इच्छा सुद्धा पूर्ण होईल.

तो घरी परतला. वारिजा घराबाहेर रस्त्यावर येऊन त्याची वाटच पाहत होती. ती अत्यंत प्रसन्नपणे हात हलवून त्याचं स्वागत करत होती, पण तो जेव्हा तिच्या जवळ पोहोचला, तेव्हा तिच्या चेहऱ्याकडं पाहून त्याची अक्षरश: दातखीळ बसायची वेळ आली. ती चांगली उंचीपुरी, बलदंड देहयष्टीची बनली होती आणि तिचा चेहरा एखाद्या वन्य श्वापदासारखा क्रूर बनला होता. तिच्या चेहऱ्याकडं पाहणं कुणालाच शक्य झालं नसतं. खरोखर! झाडानं तिची इच्छा शब्दश: पूर्ण केली होती.

"अरे देवा, हे काय होऊन बसलं?" जगन्नाथ जोरात किंचाळला. "तू जरा आत जा आणि आरशात आपला चेहरा बघ. तुझ्याबरोबर आयुष्य काढणं मला काही शक्य नाही."

वारिजा पळतच आत गेली आणि तिनं आरशात आपला चेहरा पाहिला. तिचा आपल्या डोळ्यांवर विश्वासच बसेना. ती आक्रोश करत म्हणाली, "देवा, लोकांना माझी भीती वाटावी, म्हणून मला चांगलं सामर्थ्यवान कर, असं मला म्हणायचं होतं. हे असं भेसूर रूप काही मागितलं नव्हतं मी." मग ती जगन्नाथाच्या पाया पडत म्हणाली, "लवकर जा. त्या वृक्षदेवाला साकडं घाल. माझा चेहरा पूर्वीसारखा होऊ दे, असं मागणं त्याच्यापुढे कर."

जगन्नाथ पळत रानात गेला, पण पाहतो तर काय, ते झाड तिथे नव्हतंच. त्यानंतर जगन्नाथचं काय झालं हे कुणालाच कळलं नाही. तो परत आलाच नाही.

■

जादूच्या खडावा

खूप खूप वर्षांपूर्वीची गोष्ट. एका लहान गावात हिमांशू नावाचा मुलगा राहत होता. त्याचे वडील त्याच्या लहानपणीच वारले होते. तो आपल्या विधवा आईसह एका झोपडीत राहत असे. दोघेही अत्यंत दारिद्र्यात दिवस कंठत होते. त्याचे काका त्यांच्याच गावात राहत. ते खरं तर खूप श्रीमंत होते, पण त्याबरोबर फार दुष्टही होते. ते हिमांशूला व त्याच्या आईला कधीच मदत करत नसत.

एक दिवस हिमांशूची आई आजारी पडली. तिच्या औषधपाण्यासाठी त्याला पैशांची अत्यंत निकड होती. तो धावतच आपल्या काकांच्या घरी गेला आणि त्यानं त्यांच्यापुढे हात जोडून मदतीची याचना केली, पण काकांनी त्याला हाकलून दिलं. हिमांशू खूप दु:खी झाला. तो रडतच घरी परत निघाला. वाटेत थकल्यामुळे तो एका झाडाखाली बसला. अतिश्रमानं त्याच्या डोळ्यांवर झापड आली. थोड्यावेळानं त्याला अचानक जाग आली. पाहतो तर काय, त्याच्यासमोर दिव्य तेज पसरलं होतं. त्या तेजोवलयाच्या मधोमध एक नितांत सुंदर देवता उभी होती आणि हसून मोठ्या प्रेमानं त्याच्याचकडे बघत होती. ती म्हणाली, "बाळा, मी वृक्षदेवता आहे, पण एक सांग, तू रडत का बरं होतास? मी तुझी काही मदत करू का?"

हिमांशूने आपल्या घरची ओढगस्तीची परिस्थिती, आपल्या आईचं आजारपण. अशा सर्व गोष्टींविषयी तिला सांगितलं. ती हसली आणि तिनं लाकडी खडावांची जोडी त्याच्यासमोर धरली.

"हिमांशू, या मंतरलेल्या खडावा घे. तू या पायात घालून रोज एकदा, फक्त एकदाच हवेत उंच उडी मारायची. त्यानंतर तुला एका सुवर्णमुद्रेची प्राप्ती होईल. पण त्याच वेळी तुझी उंची थोडीशी कमी झालेली असेल. तू जर एकदाच उडी मारून, एकाच नाण्याच्या प्राप्तीनंतर थांबलास, तर काही वेळानं तुझी उंची पूर्ववत होईल. त्यानंतर दुसऱ्या दिवशी परत एकदा तू उडी मारलीस की परत असंच सर्व घडेल. तुला एका दिवशी एक सोन्याचं नाणं मिळेल; पण एक गोष्ट नीट ध्यानात ठेव, तू एका दिवशी एकापेक्षा जास्त सुवर्णमुद्रा मिळवण्याच्या आशेनं जर जास्त उड्या मारल्यास, तर तेवढ्या जास्त सुवर्णमुद्रा तुला मिळतीलही पण त्याचबरोबर त्या प्रमाणात तुझी उंचीही कमी कमी होत जाईल."

हिमांशूनं सर्व काही नीट पाळण्याचं वचन दिलं आणि त्या खडावा घेऊन तो घरी आला. त्यानंतर त्या खडावा पायात घालून त्यानं एकदा उंच उडी मारताच त्याला तात्काळ एका सुवर्णमुद्रेची प्राप्ती झाली. त्यानं ती मुद्रा विकून आईची औषधं विकत आणली.

त्यानंतर त्याचं आयुष्यच बदलून गेलं. जीवनाला स्थैर्य आलं. त्या खडावांच्या आधारे जशी त्याची आर्थिक स्थिती सुधारत गेली, तसा तो लोकांच्या जास्तीत जास्त उपयोगी पडू लागला.

हिमांशू आता श्रीमंत बनला आहे ही गोष्ट लवकरच त्याच्या काकांच्या कानावर गेली. त्याच्या काकांना त्याची प्रमाणाबाहेर असूया वाटू लागली. हिमांशूच्या समृद्धीमागचं रहस्य जाणून घेण्याची उत्सुकता त्यांना वाटू लागली.

एक दिवस ते हिमांशूच्या घरी आले. त्यांनी हिमांशूकडून सगळी हकिकत काढून घेतली. हिमांशू हा प्रामाणिक, सरळ मनाचा मुलगा होता, त्यामुळे त्यानंसुद्धा काहीही हातचं राखून न ठेवता सगळं काही सांगून टाकलं. तो म्हणाला, "वृक्षदेवतेनं मला या मंतरलेल्या खडावा दिल्या आहेत. या पायात घालून मी एकदा उंच उडी मारली, की मला एक सुवर्णमुद्रा मिळते."

इतक्यात त्याच्या आईनं त्याला हाक मारली म्हणून तो उठून गेला. थोड्यावेळाने आईनं हिमांशूला व त्याच्या काकांना जेवायला वाढलं. त्यानंतर काका घरी गेले.

दुसऱ्या दिवशी काका गुपचुप हिमांशूच्या घरी आले. ते येताना साध्या खडावा घेऊन आले होते. त्यांनी कोणाच्याही नकळत हिमांशूच्या मंतरलेल्या खडावांची अदलाबदल करून त्या जागी साध्या खडावा ठेवल्या आणि ते घरी गेले.

घरी पोहोचल्यावर त्यांनी लगेच घाईघाईनं त्या खडावा घातल्या आणि आनंदानं उंच उडी मारली. हिमांशूनं सांगितल्याप्रमाणं त्यांना एक सुवर्णमुद्रा मिळाली. मग त्यांनी हर्षभरित होऊन अजून एकदा उडी मारली. परत एका सुवर्णमुद्रेची प्राप्ती झाली. त्यानंतर ते उड्या मारतच सुटले. एकीकडे सुवर्णमुद्रांचा ढीग मोठा होत होता. उड्या मारण्याच्या नादात आपल्या शरीरात होत जाणारा बदल त्यांच्या मुळीच लक्षात आला नाही.

अचानक त्यांचं लक्ष गेलं. बघतात तर काय, त्यांच्यासमोर एक राक्षसी आकाराचं हिरव्यागार रंगाचं काहीतरी होतं. त्यांनी त्याकडे थोडावेळ नीट निरखून पाहिलं. ते महाकाय आकाराचं गवताचं पातं होतं.

अरे देवा! हे गवताचं पातं इतकं मोठं कसं काय?... मग त्यांनी आजूबाजूला पाहिलं. आजूबाजूला असलेली प्रत्येक गोष्ट अशीच राक्षसी आकाराची दिसत होती. मग त्यांनी स्वत:कडे पाहिलं आणि त्यांना सत्य उमगलं. त्यांचं स्वत:चं

शरीर एखाद्या मुंगीएवढं झालं होतं. आता ते अतिशय घाबरले.

इकडे हिमांशूनं आपल्या घरी नेहमीसारख्या खडावा घातल्या, पण त्या साध्याच असल्यानं काहीच झालं नाही. आपल्या मंतरलेल्या खडावा गायब झाल्या आहेत, कुणीतरी खडावांची अदलाबदल केली आहे, हे त्याच्या तात्काळ ध्यानात आलं. ही अदलाबदल कुणी बरं केली असावी? आपले काकाच तर काल घरी आले होते. त्यांचच हे कारस्थान असणार! हिमांशू तात्काळ उठला आणि काकांच्या घरी येऊन पोहोचला. पाहतो तर काय? घराचं दार उघडं. घरात सुवर्णमुद्रांचा भला मोठा ढीग... आणि काकांचा पत्ताच नाही. खडावांचाही पत्ता नाही.

तो मोठ्यांदा ओरडून म्हणाला, "काका? कुठे आहात तुम्ही? घर तर उघडं आहे आणि हे एवढं सोनं इथं पडलंय!"

काका मोठ्यांदा ओरडून म्हणाले, "अरे हिमांशू, मी बघ किती लहान झालोय, एखाद्या मुंगीएवढा. अरे मला मदत कर. मला पूर्वीसारखं बनव ना!"

पण हिमांशूला त्यांचं बोलणं ऐकू येणं शक्यच नव्हतं. इतक्यात सोसाट्याचा वारा सुटला. काका आणि त्या खडावा वावटळीबरोबर उडून गेल्या.

आता काकांच्या घरच्या त्या सोन्याला कुणीच वाली उरला नव्हता. मग हिमांशूनं ते सगळं सोनं आपल्या घरी आणलं आणि उर्वरित आयुष्य आनंदानं परोपकार करण्यात व्यतीत केलं.

■

कोंबडीचं पीस

कमलपुरा नामक गावात परमेश नावाचा ब्राह्मण राहत होता. तो गावच्या देवीमातेच्या मंदिराचा पुजारी होता. तो शुद्ध शाकाहारी असल्याने सोवळं-ओवळं कडक पाळत असे. गावातील लोकांना त्याच्याविषयी खूप आदर वाटे. त्याची पत्नी रेवती ही फार बडबड्या स्वभावाची होती. कोणतीच गोष्ट तिच्या पोटात राहत नसे. आपल्या बोलण्यावर जरा ताबा ठेव, असं परमेशनं तिला आजवर किती वेळा समजावून सांगितलं असेल. पण ती त्याचं काहीच ऐकत नसे. परमेश सकाळी उठून मंदिरात गेला, की घरातलं काहीही कामकाज न करताच रेवती थेट आपल्या शेजारणीकडे जायची आणि संध्याकाळ होईपर्यंत गप्पागोष्टी करत तिथेच मुक्काम ठोकायची. तिच्या या सवयीचा परमेशला अगदी कंटाळा आला होता. तो नेहमी तिला म्हणायचा, ''तुझी ही सवय कधी ना कधी मला गोत्यात आणणार आहे, हे नक्की!''

एक दिवस परमेश मंदिरातून घरी परत येत असताना त्याला रस्त्यात अचानक शिंक आली. त्याने तोंड उघडलं. इतक्यात जोराचा वारा आला आणि कुठून तरी कोंबडीचं छोटंसं पीस उडून त्याच्या घशात गेलं. परमेश पडला शुद्ध शाकाहारी. त्याला त्या कल्पनेनं कसंसच वाटू लागलं. त्याने घसा खाकरून ते पीस थुंकून देण्याचा बराच प्रयत्न केला, पण व्यर्थ. अखेर तो घाईघाईनं घरी आला. त्याने तांब्याभर पाणी घेऊन खळखळून चुळा भरल्या, गुळण्या केल्या... आणि एकदाचं ते पीस कसंबसं बाहेर पडलं.

हा सर्व प्रकार रेवती पाहत होती. ती म्हणाली, ''अहो, तुमच्या तोंडातून कोंबडीचं पीस कसं काय बाहेर पडलं? तुम्ही कोंबडी खाल्लीत की काय?''

परमेशने घडलेली सगळी हकिकत जशीच्या तशी तिला सांगितली आणि म्हणाला, ''हे बघ, तू याविषयी कुणापाशी काही बोलू नको, बरं का! उगीच लोकांचा गैरसमज व्हायचा!''

रेवतीला त्या रात्री नीट झोप लागेना. ही बातमी कधी एकदा कुणालातरी सांगेन, असं तिला झालं होतं.

दुसऱ्या दिवशी सकाळी लवकर उठून ती आपल्या शेजारणीकडे गेली

आणि म्हणाली, "माझ्या पतीच्या तोंडात काल बरीच कोंबडीची पिसं जाऊन पडली. अर्थात तो अपघातच होता. पण हे तू कुणाला सांगू नको, बरं का!"

तिच्या शेजारणीनं – नंदिनीनं अर्थातच ही गोष्ट कुणालाही न सांगण्याचं वचन दिलं, पण रेवती नंदिनीच्या घरातून बाहेर पडताक्षणी नंदिनी ताबडतोब वसुंधराकडे गेली.

"अगं, तुला ठाऊक आहे का? परमेश एवढा शाकाहारी आहे, मंदिरात पुजारी आहे. पण तो रोज एक कोंबडी खातो. त्याच्या बायकोनंच हे मला सांगितलं."

अशा तऱ्हेनं दिवसभरात ही बातमी याच प्रकारे या व्यक्तीकडून त्या व्यक्तीकडे पसरत राहिली. अखेर सायंकाळी त्या बातमीचं फारच मोठ्या अफवेत रूपांतर झालं होतं.

...परमेशच्या अंगात एका दिव्य शक्तीचा संचार झाला आहे. ही शक्ती त्याला देवीमातेची आराधना करूनच प्राप्त झाली आहे. तो आपल्या मनाप्रमाणे आपल्या तोंडातून कोणताही प्राणी काढून दाखवू शकतो. त्यानं जर मनात आणलं तर तो आपल्या तोंडातून सोन्याची कोंबडीसुद्धा काढू शकतो. आधी थोडी पिसं बाहेर येतात आणि मग कोंबडी बाहेर येते...

परमेशच्या कानावरही ही बातमी पडली तेव्हा तो घाबरून गेला. त्याला वाटलं, आता आपली मंदिराच्या पुजाऱ्याच्या जागेवरून हकालपट्टी होणार.

रात्रीच्या वेळी त्यांच्या घरी काही चोर आले. त्यांनी परमेशला सुऱ्याची

भीती दाखवली आणि ते दरडावून म्हणाले, ''आत्ताच्या आत्ता आम्हाला सोन्याची कोंबडी दे. आम्ही तुला नेऊन कोठडीत बंद करणार आहोत, आणि तुला रोज तुझ्या तोंडातून एक सोन्याचा प्राणी काढावा लागेल.''

आता परमेशपुढे असत्य सांगण्यावाचून दुसरा काहीही पर्याय नव्हता. तो म्हणाला, ''तुम्ही मला थोडा अवधी द्या. तुम्ही म्हणता ते करण्यासाठी मला मंदिरात जाऊन देवीमातेची आराधना करावी लागेल. तरच मला हे करता येईल.''

अशा भूलथापा मारून तो मागच्या दारानं निसटला. आपल्या पत्नीला घेऊन तो रात्रीच्या अंधारात गाव सोडून पळून गेला.

■

जादूचा आरसा

देवेंद्र आणि देवयानी सुरपुरा गावात राहत असत. ते अत्यंत सुखी, समाधानी होते. देवयानी भरतकाम, विणकाम करून त्यातून थोडा फार पैसा मिळवत असे. त्यांना राधिका नावाची छोटीशी मुलगी होती.

एक दिवस देवयानी एका जत्रेला गेली. जत्रेत विक्रीसाठी खूप वस्तू ठेवलेल्या असत. देवयानीनं आपली वर्षभराची कमाई शिल्लक टाकली होती. त्या रकमेतून आपल्या मुलीसाठी काहीतरी भेटवस्तू विकत घेण्याची तिची इच्छा होती, पण दिवसभर त्या जत्रेतील कोणतीच गोष्ट तिला पसंत पडली नाही. अंधार पडू लागला होता. इतक्यात तिला रस्त्याच्या कडेला अंधारात एक वृद्ध स्त्री हातात एक आरसा घेऊन बसलेली दिसली. ती अगदी हळू आवाजात म्हणत होती, ''आरसा घ्या आरसा, जादूचा आरसा.''

पण आजूबाजूच्या कोलाहलात तिचा तो हळुवार आवाज कोणालाच ऐकू जात नव्हता. देवयानीला तिचे ते शब्द ऐकून उत्सुकता वाटली. त्या स्त्रीपाशी एक आरसा होता. आरशाला एक लांब मूठ होती. बाकी तो आरसा सर्वसाधारणच दिसत होता. वृद्ध स्त्री म्हणाली, ''माझ्यावर विश्वास ठेव. मी खोटं बोलत नाही. हा एक खास आरसा आहे. त्यात आपण आपला चेहरा पाहायला गेलो, तर आपलं बाह्यरूप त्यात न दिसता आपलं अंतरंग कसं आहे, हे हा आरसा आपल्याला दाखवतो. त्याचप्रमाणे आपल्या आयुष्यात कधीही संकट आलं, तर आपण या आरशातील देवतेची आराधना करायची. ती आपल्याला मदत करते.''

''पण या आरशाची किंमत काय?'' देवयानीनं प्रश्न केला.

''तुझ्याजवळ जेवढे असतील, तेवढे दिलेस तरी पुरे.''

देवयानीजवळ जेवढे पैसे होते तेवढे तिने त्या वृद्धेच्या हाती ठेवले. वृद्धा हसून म्हणाली, ''हं, एवढे मला पुरे.'' आणि ती ते पैसे घेऊन अंधारात दिसेनाशी झाली.

देवयानी घरी आली. तिने आपला चेहरा त्या मंतरलेल्या आरशात पाहिला. पण त्यात तिच्या चेहऱ्याचं प्रतिबिंब पडलेलंच नव्हतं. त्याऐवजी नितांत सुंदर तळं, तळ्याभोवती हिरवीगार गवताची कुरणं, हिमाच्छादित पर्वतांच्या रांगा...

असं प्रतिबिंब उमटलं होतं. आपलं मन शांत आहे. आपल्या मनात कोणतीही भीती, आशंका किंवा संदेह नाही, ही गोष्ट तिला कळून चुकली व तिला समाधान वाटलं.

दिवस चालले होते. अलीकडे काही दिवसांपासून देवयानी वारंवार आजारी पडू लागली होती. आपण आता या दुखण्यातून उठत नाही, हे तिला कळून चुकलं. तिने आपल्या मुलीला जवळ बोलावलं आणि म्हणाली, "राधिका, बाळा मी आता फार दिवसांची सोबती नाही. मी गेल्यानंतर हा आरसाच तुझं रक्षण करेल. हा साधासुधा, सामान्य आरसा नाही. हा मंतरलेला आरसा आहे. तुला आयुष्यात कधीही भीती वाटली, तुझ्यासमोर एखादं संकट येऊन उभं राहिलं तर मार्गदर्शनासाठी तू या आरशातील देवतेची आराधना कर. तीच तुझ्या मदतीला धावून येईल."

त्यानंतर अगदी थोड्याच दिवसांत देवयानीचं निधन झालं.

देवेंद्रनं दुसरं लग्न केलं. राधिकाला सावत्र आई आली. पहिल्या दिवसापासूनच ती राधिकाचा दुस्वास करत असे. राधिकाला ती रोज भरपूर कष्टाची कामं सांगून त्रास देत असे. या नव्या आईच्या राज्यात राधिकाचा खूप छळ सुरू झाला.

एक दिवस राधिकाला खूप असहाय वाटू लागलं. मग तिला आपल्या आईचे शब्द आठवले. तिने तो आरसा काढून हातात घेतला आणि त्यात स्वत:चा चेहरा पाहिला. पण आपल्या चेहऱ्याऐवजी तिला त्यात वेगळंच दृश्य दिसलं. एक मोठी वावटळ, वाऱ्यामुळे थरथर कापणारी झाडं, त्यांची पानं जमिनीवर गळत आहेत, असं ते दृश्य होतं. खरं तर आपल्या मनाच्या अवस्थेचं या आरशात प्रतिबिंब पडलं आहे, ही गोष्ट तिला कळून चुकली. ती हमसाहमशी रडू लागली आणि तिनं आरशातील देवतेचा धावा केला. थोड्याच वेळात आरशातील दृश्य बदललं. आता त्यात देवीमातेचं प्रतिबिंब होतं. देवीमाता तिची समजूत घालत म्हणाली, "बाळ, काळजी नको करूस. तुझं यापुढे भलंच होणार आहे." देवीमातेचे ते आश्वासक शब्द ऐकून राधिकाला थोडा धीर आला. ती परत पूर्वीसारखी हसू खेळू लागली.

राधिकाला आपण रोज एवढं काम सांगतो. शिवाय तिला बरोबरीचे कोणी सवंगडीसुद्धा नाहीत... आणि तरी ती एवढी हसरी, एवढी समाधानी कशी, असं आश्चर्य तिच्या सावत्र आईला वाटू लागलं. मग तिनं राधिकाला आणखी जास्त काम द्यायला सुरुवात केली, पण रोज रात्री राधिका आपल्या खोलीत जाऊन आरशातील देवीशी हितगूज करे आणि मग तिला बरं वाटे.

राधिकाची सावत्र आई आता मात्र बुचकळ्यात पडली. मग एक दिवस तिनं

गुपचुप रात्रीच्या वेळी राधिकावर पाळत ठेवली. राधिकाच्या खोलीच्या खिडकीजवळ ती उभी राहिली. तिने हळूच आत डोकावून पाहिलं, तर काय, राधिका हातात एक आरसा घेऊन त्याच्याशी बोलत होती. तिला ती गोष्ट फारच चमत्कारिक वाटली. दुसऱ्या दिवशी राधिका खोलीत नाही असं बघून तिनं राधिकाचं कपाट उघडलं व घाईघाईनं त्या आरशात स्वत:चा चेहरा पाहिला. पण घडलं विपरीतच! त्या आरशात तिला स्वत:च्या चेहऱ्याऐवजी एका हिंस्र श्वापदाचा चेहरा दिसला. ती घाबरून किंचाळली. या जादूच्या आरशाच्या मदतीनं या रानटी जनावराकरवी आपल्याला ठार मारण्याचा राधिकाचा डाव आहे, असं तिला वाटू लागलं.

ती धावतच आपल्या पतीकडे जाऊन म्हणाली, "तुमच्या मुलीने एका चेटकिणीच्या मदतीने आपल्याला ठार मारण्याचा कट रचला आहे. तिच्याकडे एक जादूचा आरसा आहे. त्या आरशात एक हिंस्र श्वापद राहतं. मी माझ्या डोळ्यांनी त्या श्वापदाला त्या आरशात पाहिलंय."

सुरवातीला तिच्या पतीचा देवेंद्रचा तिच्या शब्दांवर विश्वास बसला नाही, पण तिने ओढतच त्याला राधिकाच्या खोलीत नेलं आणि तिच्या कपाटातील आरसा त्याच्या हाती ठेवला. "तुम्ही स्वत:च त्यात बघा!" ती म्हणाली.

देवेंद्रने त्या आरशात पाहिलं. त्यात त्याला हिंस्र श्वापद वगैरे काही दिसलंच नाही. त्याला त्या आरशात वठलेला वृक्ष दिसला. देवेंद्र गोंधळून गेला. आपल्या पत्नीनं तर एका हिंस्र श्वापदाचा उल्लेख केला होता. त्याऐवजी हा वठलेला वृक्ष कुठून आला, हे त्याला कळेना. हा नक्कीच काहीतरी जादूटोण्याचा प्रकार दिसतोय, असं त्याला वाटलं. त्यानं राधिकाला हाक मारली.

राधिका खोलीत येताच दोघे पतीपत्नी तिला जोरजोरात रागवू लागले. त्यांनी तिला त्या आरशाविषयी जाब विचारला. राधिकाने त्याचं स्पष्टीकरण दिलं. ती म्हणाली, ''हा आरसा काही जादूटोणा नाही. माझ्या आईने तिच्या मृत्यूपूर्वी मला हा आरसा भेट दिला आहे. यात जे कुणी डोकावून पाहील त्याला त्याचं बाह्यरूप न दिसता खरंखुरं अंतरंग कसं आहे, ते दिसतं. माझ्या आईने जेव्हा सर्वांत प्रथम यात स्वत:चा चेहरा पाहण्याचा प्रयत्न केला, तेव्हा तिला त्यात रमणीय, शांत असं निसर्गदृश्य दिसलं. त्याचा अर्थ ती मनातून तृप्त, समाधानी होती. त्यानंतर मी जेव्हा प्रथम माझा चेहरा पाहण्याचा प्रयत्न केला, तेव्हा मला त्यात एक वावटळ आणि निष्पर्ण वृक्ष दिसले. याचा अर्थ माझ्या आयुष्यात त्यावेळी खळबळ माजलेली होती आणि माझ्या मदतीला कोणीही नव्हतं. त्यानंतर मी या आरशात वास करत असलेल्या देवीमातेची आराधना केली. त्या क्षणापासून तिची मला सतत साथ असते. बाकी कसलाही जादूटोणा यात नाही.''

आपल्या दोघांना आरशात वेगवेगळी दृश्यं का दिसली, त्यामागचं सत्य आता राधिकाच्या आईवडिलांना कळून चुकलं. राधिकाची सावत्र आई दुष्ट स्वभावाची असल्यानं तिला ते हिंस्र श्वापद दिसलं होतं, तर वडील भावनाशून्य असल्यानं त्यांना वठलेला वृक्ष दिसला होता. आता मात्र त्या दोघांनाही त्या गोष्टींची जाणीव झाली व त्यांना मनातून स्वत:विषयी लाज वाटली. त्यांनी आरशातील देवतेची क्षमा मागितली.

त्यानंतर हळूहळू राधिकाच्या सावत्र आईच्या स्वभावातील दुष्टपणा आपोआपच नाहीसा होत गेला. तिला आता राधिका आवडू लागली. त्यांचं घर आनंदानं भरून गेलं. तो आरसा त्यांनी कपाटात ठेवून दिला. तो परत वापरण्याची वेळ त्यांच्यावर कधीच आली नाही.

■

समुद्राचं पाणी खारट का?

खूप खूप वर्षांपूर्वी समुद्राचं पाणी गोड होतं. इतकं गोड, की लोक तेच पाणी पीत असत. ते पाणी खारट कशामुळे झालं, त्याचीच ही कथा आहे.

धरमपुरा नावाच्या गावात केशव, त्याची पत्नी लीला आणि केशवचा भाऊ श्रीधर असे राहत असत. श्रीधर लहान असतानाच केशव आणि श्रीधरचे आईवडील वारले होते. श्रीधर केशवच्या घरीच राहत असे.

केशवची पत्नी लीला मात्र श्रीधरचा फार दुस्वास करी. तिला तो मुळीच आवडत नसे, म्हणून, ती त्याचा खूप छळ करत असे. ती त्याला खूप अंगमेहनतीची कामं सांगे. ती कामं करताना श्रीधर थकून जाई.

एक दिवस तिनं श्रीधरला रानात लाकूडफाटा आणण्यासाठी पाठवलं. श्रीधर रानात गेला. त्यानं झाडं तोडून त्यांची मोळी केली. एव्हाना अंधार होऊ लागला असल्यानं तो घाईघाईनं ती मोळी डोक्यावर घेऊन घरी परतला. त्या घाईगडबडीत त्याची कुऱ्हाड रानातच राहून गेली. तो घरी पोहोचला तेव्हा चांगलीच रात्र झाली होती. बाहेर गडद अंधार झाला होता. श्रीधरची कुऱ्हाड रानातच राहिली आहे हे लीलाला समजताच ती चांगलीच संतापली. तिनं श्रीधरला जेवायला तर वाढलंच नाही, उलट त्याला रागावून म्हणाली, "अशी कशी कुऱ्हाड रानात विसरली? कुऱ्हाडीशिवाय तू परत घरी आलासच कसा? जा, आत्ताच्या आत्ता ती परत घेऊन ये."

श्रीधर मनातून चांगलाच घाबरला. पण करणार काय? त्याचा नाइलाज झाला. तो बिचारा उठला आणि त्या तशा अंधारातच रानात गेला. कुऱ्हाडीचा शोध घेता घेता तो बराच पुढे चालत राहिला. आता घनदाट रान सुरू झालं. तिथे त्याला एक गुहा दिसली. इतक्यात अचानक जोराचा पाऊस आला. श्रीधर आडोशाला त्या गुहेत शिरला. पाहतो तर काय? गुहेत एका बाजूला थोडा लाकूडफाटा कुणीतरी जमा करून ठेवलेला दिसत होता. शेजारीच त्याची कुऱ्हाडही पडली होती. गुहेच्या मधोमध जाळ पेटवण्यात आला होता व त्याभोवती काही बुटके नृत्य करत होते. त्या बुटक्यांना पाहून श्रीधर घाबरला. एक बुटका श्रीधरजवळ आला. त्याची दाढी त्याच्या पायांपर्यंत रुळत होती. तो श्रीधरला म्हणाला, "ये नं. आमच्याबरोबर नाच

कर! आज आमचा सण आहे.''

पण श्रीधर घाबरून काही एक न बोलता तसाच उभा राहिला. इतक्यात त्याचं लक्ष गेलं, तर शेकोटीतील जाळ विझत चालला होता. त्याने धीर करून पटकन जवळच्या लाकूडफाट्यातील एक लाकूड उचललं आणि त्या शेकोटीत घातलं. शेकोटी परत धगधगू लागली. ते पाहून सर्व बुटके त्याच्यावर खूश झाले. मग त्यांनी श्रीधरचा हात धरून त्याला आपल्या नाचात सामील करून घेतलं. सर्वांनी नाचगाण्यात ती रात्र मोठ्या आनंदात घालवली. हळूहळू सकाळ झाली. ते बुटके आपल्या घरी परत निघाले. जाताना तो दाढीवाला बुटका श्रीधरला म्हणाला, ''तू चांगला मुलगा आहेस. हा घे जादूचा पंखा. तुला ज्या गोष्टींची गरज भासेल, ती गोष्ट तू पंख्याकडं माग. मागताना या पंख्यानं जोरजोरात वारा घे. तुझी गरज पूर्ण होताक्षणीच पंख्याला मोठ्यांदा तीन वेळा म्हण, ''पुरे, पुरे, पुरे!'' एवढं बोलून सर्व बुटके अदृश्य झाले.

श्रीधरचा आपल्या कानांवर विश्वासच बसेना. ही गोष्ट कशी काय घडू शकली असेल बरं?... त्याला अचानक एका गोष्टीची जाणीव झाली... आपल्याला खूप भूक लागली आहे!... अनायसे या निमित्तानं पंख्याची पण परीक्षा घेता येईल, असा विचार करून त्याने पंखा जोरजोरात हलवला आणि पंचपक्वान्नांचं जेवण मागितलं. क्षणार्धात त्याच्यासमोर एक थाळी अवतरली व त्यात हवेतून नानाविध खाद्यपदार्थ पडू लागले. बघता बघता थाळी अन्नपदार्थांनी ओसंडून जाऊ लागली. श्रीधर आनंदानं ओरडला, ''पुरे, पुरे, पुरे!'' त्याबरोबर तो अन्नाचा ओघ थांबला. श्रीधर पोटभर जेवला. ही सारी ह्या जादूच्या पंख्याचीच कृपा हे त्याला कळून चुकलं. आता परत काही आपण आपल्या भावाच्या आणि त्याच्या दुष्ट पत्नीच्या वाऱ्यालाही उभं राहायचं नाही, असं त्यानं ठरवलं. त्यानं त्या पंख्याकडे 'समुद्रकिनारी एक छानसं घर हवं', अशी मागणी केली व त्यात तो सुखानं राहू लागला. जादूच्या पंख्याच्या मदतीनं तो गोरगरिबांची मदत करू लागला. समाजोपयोगी कामं करू लागला. लवकरच तो खूप लोकप्रिय झाला.

बघता बघता श्रीधरच्या परोपकारांची कीर्ती सर्वत्र पसरली. तशीच ती त्याच्या भावाच्या केशवच्याही कानी पडली. ज्याच्या त्याच्या तोंडी फक्त श्रीधरचंच नाव होतं. एकमुखानं सगळे त्याचीच तारीफ करत होते. आपणही श्रीधरच्या घरी जाऊन त्याची भेट घ्यायची, असं केशव व लीला यांनी ठरवलं.

ते दोघे श्रीधरच्या घरी गेले. घराबाहेर याचकांची भली मोठी रांग होती. प्रत्येकाची काही ना काही तरी मागणी होती आणि ती प्रत्येक मागणी श्रीधर अगदी हसतमुखानं पूर्ण करत होता. श्रीधरचं ते वैभव, त्याच्या वाट्याला येत

असलेलं कौतुक, हे सर्व पाहून लीलाला त्याचा हेवा वाटू लागला. इतक्यात श्रीधरचं त्या दोघांकडे लक्ष गेलं. आपला भाऊ व वहिनी आपल्या घरी आल्याचं पाहून त्याला फार आनंद झाला. तो आपल्या वहिनीचं पूर्वीचं वाईट वागणं विसरला. आनंदानं म्हणाला, "या ना, आत या. तुम्हाला दोघांना पाहून मला किती आनंद झालाय म्हणून सांगू?"

केशव आणि लीला त्याच्या घरी थांबले. मनातून लीलाला श्रीधरची फारच असूया वाटत होती. इतक्या थोड्या दिवसात याच्याकडे इतकी संपत्ती कशी काय आली, या गोष्टीचं तिला राहून राहून कुतूहल वाटत होतं. आपल्या पतीने श्रीधरकडून या पाठीमागचं रहस्य काढून घ्यावं, असा तिनं त्याच्यामागे लकडा लावला.

श्रीधर चांगल्या मनाचा असल्यानं तो घडलेली हकिकत सविस्तर सांगू लागला, पण केशवला एकदा त्या जादूच्या पंख्याविषयी समजल्यानंतर पुढचं काही ऐकण्याचा धीरच नव्हता. त्याच्या मनात काही वेगळेच बेत शिजू लागले होते. श्रीधरला ते समजू नये म्हणून त्यानं घाईनं विषय बदलला. तो म्हणाला, "वा! वा! हे ऐकून मला फारच आनंद झालाय. देवाची तुझ्यावर अशीच कृपादृष्टी असू दे!"

त्या रात्री केशव आणि लीलानं एक कारस्थान रचलं. श्रीधर झोपला आहे असं पाहून त्यांनी तो जादूचा पंखा चोरला आणि ते हळूच घराबाहेर पडले. या पंख्याच्या मदतीनं राणी बनण्याची स्वप्नं लीला रंगवू लागली. आपला पंखा चोरीला गेल्याचं लक्षात येताच श्रीधर काय करेल बरं?... तिच्या मनात आलं. अंधारात पळता पळता ते समुद्र किनारी पोहोचले. तिथे एक प्रचंड मोठं जहाज लवकरच एका दूरच्या प्रवासाला निघण्याच्या तयारीत होतं. ते पाहून लीला म्हणाली, "चला, या जहाजात बसून आपण दूरदेशी जाऊन तिकडेच स्थायिक होऊ. तिथे आपल्याला कुणीच ओळखणार नाही. कोणी पकडणार नाही."

ते दोघे घाईने त्या जहाजात चढले. ते जहाजात चढणारे अखेरचे प्रवासी होते. लगेच जहाज सुटण्याची घंटा झाली.

त्यांच्याजवळ एकच पिशवी होती व त्यातच त्यांनी तो जादूचा पंखा दडवला होता. ती पिशवी पाहून जहाजाचा कप्तान म्हणाला, "तुम्ही कोण आहात? तुमच्याकडच्या पिशवीत काय आहे?"

लीला गडबडीनं म्हणाली, "माझे पती मिठाचे व्यापारी आहेत. आम्ही आमच्या ग्राहकांची भेट घेण्यासाठी निघालो आहोत."

इतक्यात जहाज सुटलं. दोघा पतीपत्नींनी सुटकेचा निश्वास टाकला.

दुसऱ्या दिवशी दुपारच्या जेवणाची वेळ झाली असताना जहाजाच्या

मुदपाकखान्यातील स्वयंपाकी कप्तानापाशी येऊन म्हणाला, "धनी, सध्या मिठाचा तुटवडा आहे. अजून पुढचं बंदर गाठायला काही दिवस लागतील. आता मी मिठावाचून स्वयंपाक कसा करू?"

कप्तानानं लीला आणि केशवला बोलावून घेतलं आणि अजिजीच्या स्वरात म्हणाला, "हे बघा आमच्याजवळचं मीठ संपलं आहे. तुमच्या पिशवीतलं थोडं मीठ आम्हाला देता का? आमचा स्वयंपाकी फार उत्तम स्वयंपाक करतो, पण तो तरी मिठावाचून स्वयंपाक कसा करणार?"

लीला आणि केशव यांनी क्षणभर एकमेकांकडं पाहिलं. त्यानंतर केशव म्हणाला, "काहीच हरकत नाही. आम्ही थोड्याच वेळात तुम्हाला एक बादलीभर मीठ आणून देतो."

दोघं लगबगीनं आपल्या खोलीत गेले. केशवनं पंखा काढून जोरजोरात हलवला आणि म्हणाला, "आम्हाला मीठ हवं आहे." झालं! मिठाच्या गोण्या हवेतून खोलीत येऊन पडू लागल्या. एक, दोन, तीन लीलाला हर्षवायूच होण्याची वेळ आली, पण तिचा आनंद फार काळ टिकला नाही, कारण मिठाच्या गोण्यांचा तो ओघ थांबण्याचं काहीही लक्षण नव्हतं. "थांबा, थांबा, थांबा! आता आम्हाला आणखी मीठ नको आहे!" लीला आणि केशव जिवाच्या

आकांतानं ओरडू लागले, पण गोण्या येणं थांबेना. थोड्याच वेळात जहाजावर एकच हलकल्लोळ माजला. लोक सैरावैरा धावू लागले.

त्या मिठाच्या वजनानं अखेर ते जहाज व त्या जहाजावरील सर्वच्या सर्व प्रवाशांना जलसमाधी मिळाली. तो जादूचा पंखाही त्या जहाजाबरोबर बुडून गेला.

त्या दिवसापासून समुद्राचं पाणी खारट बनलं ते कायमचंच!

■

जादूचं झाड

राम आणि कृष्ण हे दोघे सावत्र भाऊ होते. कंबालीपुरा नामक गावात ते राहत असत. त्यांचे वडील खूप वर्षांपूर्वी वारले होते. ते दोघे आपली आई कालिंदी हिच्याबरोबर राहत असत. राम हा वयानं मोठा आणि कालिंदीचा सावत्र मुलगा होता, तर कृष्ण हा वयानं लहान आणि तिचा सख्खा मुलगा होता. कालिंदी रामशी फारच दुष्टपणे वागत असे, पण कृष्णाचं मात्र आपल्या मोठ्या भावावर फार प्रेम होतं. आपल्या आईनं रामशी चांगलं वागावं, म्हणून कृष्णानं तिच्या कितीदातरी विनवण्या केल्या असतील, पण ती त्याचं काहीही ऐकत नसे.

रामच्या वयाच्या मानानं त्याला फार अवघड कामं करावी लागत. कालिंदी मुद्दामच त्याला कष्टाची कामं सांगायची. राम आपली पूर्ण ताकद लावून ती कामं पार पाडायचा. एक दिवस सकाळच्या वेळी कालिंदीनं त्याला बोलावून घेतलं आणि म्हणाली, "हे बघ राम, मी गावात जात आहे. बाजार करायचाय. मला घरी यायला उशीर होईल. संध्याकाळ होईल. तू एक काम कर. ही बादली घेऊन तळ्याकाठी जा आणि तळ्याचं पाणी आणून घराबाहेरचा हौद भर." एवढीशी बादली आणि इतका मोठा हौद. हे काम एका दिवसात कसं काय होणार, अशी चिंता रामला वाटू लागली. तरीपण त्यानं तळ्याकाठी जाऊन बादलीनं पाणी आणून हौदात भरण्यास सुरुवात केली. थोड्या वेळानं बघतो तर काय... बादलीला भोक होतं, त्यातून पाण्याची धार लागली होती. आता काय करायचं? तो डोक्याला हात लावून बसला. इतक्यात कृष्ण तिथे आला. काय झालं आहे, ते त्याच्या लगेचच लक्षात आलं. तो म्हणाला, "राम, काळजी करू नको. आपण दोघं मिळून पाणी भरण्याचं काम करू. बादली तू भर आणि मी खालच्या बाजूनं त्या भोकावर बोट ठेवून ते बंद करीन. म्हणजे पाणी सांडणार नाही. आपल्या दोघांना मिळून कोणतंच काम अवघड नाही."

अखेर दिवसभर कष्ट करून दोघांनी तो हौद भरला. कालिंदी घरी परतली. हौद पाण्यानं भरलेला पाहून तिची निराशा झाली.

दुसऱ्या दिवशी रामला हाक मारून ती म्हणाली, ‘‘रानात जा, लाकडं तोड आणि बैलगाडी भरून लाकूडफाटा घेऊन ये.’’

परत एकदा कृष्णाच्या मदतीने रामनं हेही काम एका दिवसात पार पाडलं. आपला मुलगा कृष्ण हा नक्कीच रामला मदत करत असणार, हे तिच्या लक्षात आलं.

दुसऱ्या दिवशी ती रामला म्हणाली, ‘‘नदीपलीकडच्या कुरणात हिरवंगार गवत आहे. तू तिथे जा आणि आपल्या शेळ्यामेंढ्यांसाठी त्या गवताचे भारे घेऊन ये.’’ त्यानंतर ती कृष्णाला बोलावून म्हणाली, ‘‘चल रे, आपण दोघं बाजारात खरेदीला जाऊ.’’ अशा रीतीने तिने दोघा भावांना वेगळं केलं.

बिचारा राम एकटाच नदीकाठी गेला. त्यानं पाहिलं, पलीकडच्या काठावर खरोखरच हिरवंगार गवत होतं. अजून हे गवत कुणीच कसं नेलं नाही बरं? असा विचार त्याच्या मनात येतच होता, इतक्यात त्याला एक म्हातारा मेंढपाळ त्याच्याच दिशेने येताना दिसला. राम त्याला म्हणाला, ‘‘काका, मला एक सांगा... ही नदी पार करून पलीकडे कसं जायचं? मला तिकडे जाऊन थोडे गवताचे भारे इकडे आणायचे आहेत.’’

त्यावर त्या म्हाताऱ्याने आश्चर्यचकित होऊन त्याच्याकडे पाहिलं. ‘‘अरे पोरा, तुला वेड तर लागलं नाही ना? आजवर कोणीही ती नदी पार करून तिकडे गेल्याचं मी ऐकलेलं नाही. गवतासाठी तिकडे जायचं आणि स्वत:चा जीव धोक्यात घालायचा?’’

त्याच्या बोलण्याचा अर्थ रामला कळेना. तो म्हणाला, ‘‘का बरं? एवढं धोकादायक आहे का ते?’’

‘‘धोकादायक? अरे बाबा, माझ्या आजोबांच्या काळापासून कोणीही कधी तिकडे गेल्याचं ऐकिवात नाही म्हणून तर तिकडे एवढं थोरलं गवत अजून शिल्लक आहे.’’

‘‘पण असं का?’’

‘‘त्याचं कारण असं, की त्या भागात हिंस्र लांडगे फिरत असतात. त्यांच्या हद्दीत कोणी पाऊल टाकायचा अवकाश... ते त्यावर तुटून पडतात.’’

‘‘पण मला गेलंच पाहिजे. माझ्या आईनं मला ते काम सांगितलंय.’’

‘‘बाळा, माझ्या आजोबांनी मला अजून एक गोष्ट सांगितली होती. जर कुणी त्या भागात गेलंच तर लांडगे त्याच्यावर तुटून पडतात, हे तर खरंच आहे, पण जर त्या माणसानं त्यापूर्वीच जोरजोरात वाघासारख्या डरकाळ्या फोडण्यास सुरुवात केली, तर मात्र लांडगे घाबरून पळून जातात. पण खरं सांगू? आजवर मी तरी कुणालाही हे असं साहस करताना पाहिलेलं नाही.’’

राम त्यानंतर सरळ नदीकडे गेला आणि त्यानं पोहत पोहत नदी पार केली. अचानक कुठून तरी लांडग्यांचा एक मोठाच्या मोठा घोळका त्याच्या दिशेनं येऊ लागला. रामला लगेच त्या म्हाताऱ्याचा सल्ला आठवला व त्याप्रमाणे त्यानं वाघासारख्या डरकाळ्या फोडण्यास सुरुवात केली. सगळे लांडगे लांब पळून गेले. त्यानंतर रामनं शांतपणे गवत कापून त्याचे व्यवस्थित भारे तयार केले. एव्हाना बराच उशीर झाला होता. त्याला खूप भूक लागली होती. गवताच्या कुरणाच्या मधोमध एक सफरचंदाचं झाड होतं. त्या झाडाला सोनेरी सफरचंदं लागली होती. राम त्या झाडावर चढला, त्यानं काही सफरचंदं तोडली व खाण्यास सुरुवात केली. त्यानंतर त्याच्या मनात आलं, 'याबरोबरच मला दूध प्यायला मिळालं असतं, तर किती बरं झालं असतं!' आणि एक नवल घडलं. त्याला पोटभर दूध पिण्याचं समाधान मिळालं. त्याच्या जिभेवर दुधाची चव रेंगाळू लागली. एक प्रकारची तृप्ती वाटू लागली. तीही प्रत्यक्ष दूध न पिताच. हे कसं काय घडलं असावं बरं? ही सारी या सोनेरी सफरचंदाची किमया तर नसेल? समजा आपण मनात आणखी एखादी इच्छा धरली आणि ती पुरी होते का, हे पाहिलं... तर? असे विचार त्याच्या मनात घोळू लागले. मग त्यानं मनोमन संत्र्याचा रस पिण्याची इच्छा धरली आणि संत्र्याच्या रसाची चव जिभेवर तरळू लागली. परत एकदा तशाच तृप्तीचा आणि मनःशांतीचा अनुभव आला त्याला. हे नक्कीच इच्छापूर्ती करणारं झाड होतं!

आजपर्यंत त्याला कालिंदीनं कधीही पोटभर जेवायला घातलं नव्हतं की चांगले कपडे दिलेले नव्हते. तो बिचारा नेहमी अर्धपोटी असे आणि फाटक्यातुटक्या कपड्यात वावरत असे. अपुऱ्या अन्नामुळे अर्थातच त्याची शारीरिक वाढही व्यवस्थित होऊ शकली नव्हती. मग त्याने मनोमन चांगल्या बलदंड देहयष्टीची मागणी केली. क्षणार्धात तो उंचापुरा, धिप्पाड बनला. त्याच्या अंगावरचे जुनेपुराणे कपडे जाऊन त्यांची जागा नव्याकोऱ्या कपड्यांनी घेतली. आता ते भले मोठे गवताचे भारे लीलया डोक्यावर उचलून तो घरी यायला निघाला. निघण्यापूर्वी त्याने त्या झाडाचे मनापासून आभार मानले.

राम घरी परत आला. त्याचं नवीन बलदंड रूप आणि त्याच्या अंगातील कपडे पाहून कालिंदीचा स्वतःच्या डोळ्यांवर विश्वासच बसेना. एवढंच नव्हे तर तो येताना हिरव्यागार गवताचे भलेमोठे भारे घेऊन आला होता. कालिंदीला वाटलं होतं, नदीपलीकडे गेल्यावर त्याचा मृत्यू ओढवेल; पण हे काहीतरी नवलच घडलं होतं. अर्थात कालिंदीनं आपल्या मनातील हे विचार चेहऱ्यावर अजिबात दिसू दिले नाहीत. सर्वजण एकत्र जेवायला बसले. या अजब प्रकारामागचं

रहस्य जाणून घेण्याची कालिंदीला प्रमाणाबाहेर उत्सुकता लागून राहिली होती. शेवटी कृष्णानं रामला घडल्या प्रकाराबद्दल विचारण्यास सुरुवात केली व कालिंदीला सत्य समजलं. राम स्वभावानं साधा, सरळ होता. तो म्हणाला, "नदीपलीकडच्या कुरणात एक सफरचंदाचं झाड आहे. त्या झाडाची खासियत अशी, की ते तुमची कुठलीही इच्छा पूर्ण करतं. त्या झाडानंच मला असं बलदंड बनवलं."

दुसऱ्या दिवशी सकाळी राम गवताच्या भाऱ्यांपैकी शिल्लक उरलेले भारे विकण्यासाठी बाजारात गेला. इकडे कालिंदीने कृष्णाला जवळ बोलावलं आणि म्हणाली, "कृष्णा, तू पण त्या सफरचंदाच्या झाडापाशी जा आणि आपल्यासाठी पुष्कळ धनदौलतीची इच्छा कर. तुझ्या भावाला जी गोष्ट जमली, ती तुला का नाही जमणार?"

कृष्णानं क्षणभर विचार केला आणि मग होकार देऊन तो घरातून बाहेर पडला.

थोड्या वेळानं राम बाजारातून घरी परत आला. त्याला घरात कृष्ण कुठेच दिसेना. मग त्याने आपल्या आईकडे चौकशी केली. कृष्णाला कालिंदीने नदीपलीकडे सफरचंदाच्या झाडापाशी पाठवल्याचं समजताच मात्र त्याच्या रागाला सीमा उरली नाही. तो संतापून कालिंदीच्या अंगावर ओरडला, "आई, अगं तू आपल्या कृष्णाला असं कसं तिकडे पाठवून दिलंस? तिकडे महाभयंकर लांडगे आहेत. ते माझ्या भावाला खाऊन टाकतील. तू मला कोणतंही काम सांगितलं असतंस, तरी मी ते केलं असतं, पण कृष्ण लहान आहे. तो आता काय करेल? आणि त्याला जर काही झालं ना, तर मी जगू शकणार नाही आई. खरंच, मी जगू शकणार नाही."

एवढं बोलून राम सर्व शक्तीनिशी नदीकिनारी धावत सुटला. त्याच्या तोंडचे शब्द ऐकून कालिंदीला धक्का बसला. तीही त्याच्या पाठोपाठ नदीच्या दिशेने निघाली. पण ती जरा वेळाने नदीकिनारी पोहोचली तेव्हा राम तिथे नव्हता. तो पोहत पलीकडे जाऊन पोहोचला होता. कालिंदीला पोहता येत नव्हतं. काय करावं हे न सुचून ती तिथेच रडत उभी राहिली. आपल्या लाडक्या मुलाच्या सुटकेची प्रार्थना करत राहिली.

राम नदीपार पोहोचल्यावर तडक सफरचंदाच्या झाडापाशी गेला. तिथे हिंस्र लांडगे जिभा बाहेर काढून कृष्णाची वाट बघत होते. बिचारा कृष्ण त्या सफरचंदाच्या झाडावर चढून बसला होता. तो भीतीने थरथर कापत होता, हमसाहमशी रडत होता. रामनं मोठ्यांदा वाघासारखी डरकाळी फोडली. त्याचबरोबर क्षणार्धात सर्व लांडगे पळून गेले. त्यानंतर राम झाडावर चढला आणि त्याने आपल्या भावाला

जवळ घेतलं. आता त्या सफरचंदाच्या झाडाला फक्त एकच सफरचंद लागलेलं होतं. कृष्णानं ते तोडून घेतलं, डोळे मिटून काहीतरी मागणं मागितलं आणि ते खाल्लं.

त्यानंतर दोघे भाऊ झाडावरून खाली उतरले आणि पोहत नदी पार करून कालिंदीच्या जवळ गेले. कालिंदीने दोघांना पोटाशी घट्ट धरलं आणि दोघांच्या डोक्यावरून चेहऱ्यावरून मायेनं हात फिरवला. कृष्णाला कालिंदीनं ज्या संपत्तीच्या लोभाने नदीपलीकडे पाठवलं होतं, त्या संपत्तीचा तिने पुन्हा कधीच विषय काढला नाही.

काही दिवसांनी रामने कुतूहलानं कृष्णाला प्रश्न केला. "कृष्णा त्या सफरचंदाच्या झाडाकडे काय मागितलंस? त्या दिवशी सुद्धा तू तुझ्या स्वतःच्या सुटकेची इच्छा का प्रकट केली नाहीस?"

त्यावर कृष्णा म्हणाला, "राम, माझी सुटका ही काही इतकी महत्त्वाची गोष्ट नव्हती. मी एक वेगळंच मागणं मागितलं त्या झाडाकडे. मी म्हणालो, माझ्या आईला माझ्या रामवर स्वतःच्या पोटच्या मुलाइतकं प्रेम करायला शिकव."

त्यानंतर ते सुखानं राहू लागले.

■

इमानी

शंकलीपुरा नामक गावात श्रीदेवी आणि लक्ष्मण हे वृद्ध जोडपं राहत होतं. ते गरीब होते व त्यांना मूलबाळ नव्हतं. एक दिवस ते दोघं फिरायला गेले असताना त्यांना रस्त्याच्या कडेला एक अगदी लहानसं कुत्र्याचं पिल्लू दिसलं. ते जखमी झालं होतं. कोणालाच त्याची पर्वा नव्हती. लक्ष्मण आणि श्रीदेवीला त्याची दया आली व त्यांनी त्याला उचलून घरी आणलं. त्यांनी आपल्या पोटच्या पोराप्रमाणे त्या पिलाचं संगोपन करण्यास सुरुवात केली. त्यांनी त्याचं नाव ठेवलं राजू.

राजूनं त्यांच्या जीवनात आनंद निर्माण केला. तो त्यांच्याच बिछान्यात झोपे. तो आता त्यांच्या कुटुंबाचाच हिस्सा बनून गेला होता.

विवेक आणि तारिणी हे श्रीदेवी व लक्ष्मणचे शेजारी होते. त्या दोघांनाही श्रीदेवी व लक्ष्मण या आपल्या गरीब शेजाऱ्यांचा राग येत असे. त्यांच्या घरावर विवेक व तारिणीचा डोळा होता. त्यांचं घर विकत घ्यायचं आणि ते पाडून त्या मोकळ्या जागेवर बाग करायची, असा त्यांचा बेत होता; पण या गोष्टीला श्रीदेवी आणि लक्ष्मण कधीच कबूल होणं शक्य नव्हतं. त्यामुळेच विवेक आणि तारिणी मनात या गरीब जोडप्याविषयी आकस बाळगून होते. राजू अनेकदा घराबाहेर खेळत असे, उड्या मारत असे. पण विवेक आणि तारिणी हे दोघेही त्याचा सुद्धा रागराग करीत. त्याच्या खेळण्याचा त्यांना त्रास होई.

एक दिवस असा उजाडला, लक्ष्मणच्या घरातले सगळे पैसे संपले. आता करायचं तरी काय, असा मोठाच प्रश्न त्या वृद्ध जोडप्याला पडला. आत्ताच ही अशी स्थिती तर भविष्यात आपलं काय होणार, या चिंतेनं ते ग्रासून गेले. थोड्या वेळाने राजू उठून उभा राहिला. तो थोडा वेळ गुरगुरला. त्यानंतर त्यानं श्रीदेवीच्या साडीचा पदर पकडला व घराबाहेर जाण्याच्या इच्छेनं तो तिला ओढू लागला. अखेर नाइलाज होऊन दोघे पती पत्नी उठले आणि त्याला घेऊन घराबाहेर पडले. अजूनही राजू श्रीदेवीचा पदर ओढतच होता. अखेर त्यानं त्या दोघांना बागेच्या एका कोपऱ्याकडे ओढत नेलं आणि तेथील विशिष्ट जागेवरील गवताचा त्यानं वास घेतला. त्यानंतर तो पंज्यानं तेथील माती उकरू लागला.

शेवटी लक्ष्मणनं कुदळ फावडं आणून तिथे खणण्यास सुरुवात केली. थोड्याच वेळात त्यांना त्या जागी एक लहानसा हंडा सापडला. तो हंडा सोन्याच्या मोहरांनी भरलेला होता. लक्ष्मण आणि श्रीदेवीची आर्थिक चिंता दूर झाली. ते सुखानं राहू लागले.

ह्या गरीब जोडप्याच्या चेहऱ्यावरील चिंतेचं झाकोळ दूर झालं आहे, ही गोष्ट विवेक आणि तारिणीच्या नजरेतून सुटली नाही. त्यांनी बराच पाठपुरावा करून श्रीदेवीकडून यामागचं रहस्य काढून घेतलं. असं घडण्यामागे राजूनं केवढी महत्त्वाची भूमिका बजावली आहे, हे कळताच 'एक दिवसापुरतं राजूला आमच्या हवाली करा.' अशी मागणी ते श्रीदेवी आणि लक्ष्मणकडे करू लागले. आपल्याला राजूशी खेळायला खूप आवडत असल्याचा बहाणासुद्धा त्यांनी केला.

श्रीदेवी आणि लक्ष्मण यांनी केवळ एक दिवसापुरतं राजूला पाठवण्याचं मान्य केलं. विवेक व तारिणी राजूला घेऊन गेले. त्यांनी राजूला मुद्दाम अंगणात फिरायला नेलं. इतक्यात जोराचा पाऊस आला, पण तरीही त्यांनी आपला हट्ट

सोडला नाही. दिवसभर त्या पावसात, चिखलात त्यांनी राजूला फिरवलं. बिचारा राजू दमून गेला. संध्याकाळ झाली. अखेर तो एका विशिष्ट जागी थांबून भुंकू लागला. विवेक व तारिणीला आनंद झाला. त्यांनी घाईने त्या जागची माती खणून काढण्यास सुरुवात केली. पण गुप्त खजिना तर राहोच, त्या खड्ड्यातून दुर्गंधी येण्यास सुरुवात झाली. ते पाहून त्या दोघांना संताप आला. त्यांनी राजूला भरपूर मारलं व घरी हाकलून दिलं.

यानंतर काही वर्षं लोटली. राजू मरण पावला. श्रीदेवी आणि लक्ष्मणला अतोनात दु:ख झालं. त्यांनी आपल्या अंगणातच एका बाजूला आपल्या लाडक्या राजूला मूठमाती दिली. त्या ठिकाणी श्रीदेवीनं आंब्याचं रोपटं लावलं. आश्चर्याची गोष्ट अशी, की ते रोपटं झपाट्यानं वाढून त्याचं लवकरच एका आंब्याच्या मोठ्या झाडात रूपांतर झालं. त्याला रसाळ, सुमधुर आंबेसुद्धा लागले.

त्यांना राजूच्या कृपेनं आपल्या अंगणात सापडलेल्या हंड्यातून जे काही पैसे मिळाले होते, ते मात्र आता संपत आले होते. आपलं भविष्यात कसं काय होणार या चिंतेनं त्या वृद्ध जोडप्याला परत ग्रासलं. श्रीदेवी म्हणाली, ''आपण हे आंबे तोडून आणू. मी त्याची बर्फी बनवते आणि ती विकून आपण आपलं पोट भरू.''

श्रीदेवीनं एक आंबा घेतला आणि तो कापण्यास सुरुवात केली. पाहते तर काय त्या आंब्याची कोय सोन्याची होती. राजू परत एकदा, मृत्यूनंतरसुद्धा त्या वृद्ध जोडप्याच्या उपयोगी पडला होता. परत एकदा त्यांची आर्थिक चिंता मिटली आणि स्थिती सुधारली.

परत एकदा आपल्या शेजाऱ्यांच्या सुधारलेल्या परिस्थितीविषयी तारिणीला समजलं. त्यांच्या झाडाला लागलेल्या आंब्याची कोय सोन्याची असते हे समजल्यानंतर तर तिच्या मत्सराला काही पारावारच राहिला नाही. तिनं आपल्या पतीला रात्रीच्या वेळी त्या झाडाचे काही आंबे चोरून आणण्यास सांगितलं. त्यानं त्याप्रमाणं बरेच आंबे तोडून आणले. दोघांनी घाईघाईने ते आंबे कापले. परंतु त्यातून सोन्याची कोय तर निघालीच नाही, उलट घरभर सर्वत्र कसलीतरी दुर्गंधी पसरली. तारिणी आणि विवेक संतापले. त्या भरात त्या दोघांनी मिळून ते झाड पेटवून दिलं. रात्रभरात झाड जळून गेलं व उरला तो नुसता एक राखेचा ढीग.

दुसऱ्या दिवशी सकाळी श्रीदेवी आणि लक्ष्मण उठून अंगणात आले. पाहतात तर काय, झाड नामशेष झालेलं. दोघेही दु:खावेगानं रडू लागले. श्रीदेवीनं आपला शोक आवरला आणि आतून एक संदूक आणून त्यात ती राख भरून ठेवली. असे काही दिवस गेले.

राजकन्या पुष्पावती हिला बागकामाची फार आवड होती. तिनं एक गुलाबांची बाग लावली होती, पण त्यातील गुलाबाच्या झाडांना बहरच येत नव्हता. एक दिवस तिनं आपल्या शिपायांना राज्यात दवंडी पिटण्यास सांगितलं.

"राजकन्या पुष्पावतीच्या गुलाबाच्या बागेला बहर आणण्याचं काम जो कोणी करून दाखवेल त्याला बक्षीस मिळेल."

अनेक लोक पुढे आले, पण कोणाच्याही प्रयत्नांना यश आलं नाही.

एक दिवस श्रीदेवी आपल्या पतीला म्हणाली, "आपल्या राजूची रक्षा जर आपण राजकन्येच्या बागेतील झाडांवर शिंपली तर? आपलं तर राजूनं भलं केलंच आहे!"

मग दोघंही राजकन्या पुष्पावतीकडे गेले. त्यांनी तिची संमती घेऊन गुलाबाच्या बागेत सर्वत्र त्या रक्षेचं शिंपण केलं. बघता बघता गुलाबाचे ताटवे सुंदर गुलाबपुष्पांनी फुलून आले.

ही बातमी ऐकताच तारिणीचा मत्सरी स्वभाव परत जागृत झाला. तिनं श्रीदेवीच्या घरातून थोडी रक्षा चोरून आणली. त्यानंतर ती राजकन्येकडे जाऊन म्हणाली, "बाईसाहेब, माझ्याकडे ही मंतरलेली रक्षा आहे. याच्या साहाय्यानं मी तुमच्या बगीच्यातील प्रत्येक पानाचं रूपांतर फुलात करून दाखवीन."

हे ऐकताच राजकन्येला फार आनंद झाला. ती तारिणीला आपल्या बगीच्यात घेऊन गेली, पण तारिणीनं ती रक्षा सर्वत्र शिंपडताच परत एकदा वातावरण असह्य दुर्गंधानं भरून गेलं. राजकन्या पुष्पावती संतापली. तिनं तारिणी व तिचा पती विवेक या दोघांनाही कैदेत टाकलं.

राजकन्या पुष्पावतीला काय करावं कळेना. तिला ती दुर्गंधी सहन होईना. तिने श्रीदेवी आणि लक्ष्मणला बोलावून घेतलं. "तुम्ही काहीही करा, पण मला माझी बाग परत पहिल्यासाखी सुंदर करून द्या." असं तिनं त्यांना सांगितलं.

श्रीदेवी तिला म्हणाली, "आता आमच्याकडे फक्त मूठभर रक्षा उरली आहे, पण खरं सांगू? ती रक्षा जादूची नाही. ही जादू नाहीच मुळी. आमच्या प्रिय राजूचं आमच्यावर जे नितांत प्रेम होतं, त्या प्रेमानं ही अशक्य गोष्ट शक्य करून दाखवली आहे. त्याच्या दृष्टीनं आम्हीच त्याचे माता पिता होतो. त्या प्रेमामुळेच आजही तुमची ही बाग पूर्ववत होईल, अशी मला आशा वाटते."

असं म्हणून तिनं ती मूठभर रक्षा त्या बागेतील ताटव्यांमध्ये शिंपली, ती संदूक पूर्णपणे रिकामी केली आणि खरोखरच क्षणार्धात सगळं वातावरण पूर्वीसारखं सुंदर, सुगंधी झालं.

■

हे जरी खरं असलं, तरी...

कलिंग नगरीच्या राजाचं नाव होतं राजा सिद्धार्थ. तो अत्यंत कनवाळू स्वभावाचा होता, पण त्याच्या स्वभावात एकच दोष होता. तो शीघ्रकोपी होता. त्याला कोणत्याही गोष्टीचा फार चटकन संताप येई. एक दिवस तो आपल्या राजवाड्यासमोरच्या उद्यानातून फेरफटका मारत असताना त्याला रस्त्याच्या कडेला पडलेलं एक जखमी कबूतर दिसलं. ते त्यानं आजवर पाहिलेल्या कबुतरांपेक्षा रंगरूपानं फार वेगळं होतं. हे कबूतर कोणत्यातरी अज्ञात प्रदेशातून आलं असावं, असा त्यानं विचार केला. कडक उन्हाळ्याचे दिवस होते. कबूतर पाण्याविना तडफडत होतं. बिचारं! राजानं त्याला उचलून घरी आणलं, त्याच्या जखमांवर मलमपट्टी केली, त्याची चांगली देखभाल केली. थोड्याच दिवसात ते कबूतर बरं झालं.

ते काही सामान्य कबूतर नव्हतं. ते राजाशी माणसांच्या भाषेत गप्पागोष्टी करी. थोड्याच दिवसात राजाची आणि कबुतराची गाढ मैत्री झाली. रोज सायंकाळी राजा आपल्या या मित्राबरोबर निवांत वेळ घालवी.

एक दिवस ते कबूतर राजाला म्हणालं, ''महाराज मला माझ्या आईवडिलांना भेटावंसं वाटतंय, पण ते घनदाट अरण्यात राहतात. तिथे जायला मला किमान दोन दिवस तरी लागतील. कधी एकदा माझ्या देशी जाईन, असं झालंय मला. पण मी आईवडिलांना भेटून नक्की परत येईन. तसं वचन देतो मी!''

राजानं जरा मनाविरुद्धच आपल्या मित्राला जाण्याची परवानगी दिली. मग कबूतर निघालं आणि उडत उडत स्वत:च्या देशात जाऊन पोहोचलं. त्यानं आपल्या आईवडिलांसमवेत थोडे दिवस आनंदात व्यतीत केले. राजा सिद्धार्थच्या आणि आपल्या मैत्रीविषयी आपल्या आईवडिलांकडे सांगून कबुतरानं राजाकडे परत जाण्याची इच्छा व्यक्त केली.

त्यावर कबुतराचे वडील त्याला म्हणाले, ''तुझा हा मित्र फारच मोठ्या मनाचा आहे, अशी माझी खात्रीच पटली आहे. तू आजारी असताना त्यानं तुझी सेवा शुश्रुषा केली. तुझा सांभाळ केला. आपल्या संकटसमयी जे लोक आपल्या मदतीला धावून येतात त्यांच्या ऋणाची अंशत: तरी परतफेड करणं हे आपलं कर्तव्य आहे. त्यामुळे मी तुला रानातून एक वैशिष्ट्यपूर्ण आम्रफल आणून देतो.

या आम्रफलाचं सेवन जी व्यक्ती करेल, तिला चिरतारुण्य प्राप्त होईल.''

त्यानंतर कबुतराचे वडील रानात गेले व त्यांनी खूप प्रयत्नांनंतर एक आंबा शोधून आणला. तो घेऊन कबूतर उडत राजाकडं परत निघालं. फार मोठा प्रवास होता. वाटेत सोसाट्याचा वारा सुटला आणि थोड्याच वेळात मुसळधार पाऊस सुरू झाला. कबूतर वाटेत एका मोठ्या वटवृक्षाच्या फांद्यांवर रात्रभर आडोशाला बसून राहिलं. त्या झाडात एक महाभयंकर विषारी साप राहत होता. तो आंबा त्याच्या नजरेस पडला. त्यानं गुपचुप येऊन त्या आंब्याला डंख मारला व तो निघूनही गेला, पण त्याच्या दातांचे व्रण मात्र त्या आंब्यावर सहजासहजी दिसत नव्हते. त्यामुळेच आंब्यात सर्पविष भिनल्याची गोष्ट कबुतराच्या लक्षातही आली नाही.

दुसऱ्या दिवशी सकाळी कबूतर राजाकडे जाण्यास निघालं. दिवसभर प्रवास करून अखेर ते राजधानीत पोहोचलं. त्यानं राजाला तो आंबा प्रेमपूर्वक भेट दिला आणि त्याचं महत्त्वही समजावून सांगितलं. राजाने लगेच तो आंबा खाण्याची इच्छा प्रकट केली. परंतु राजाच्या प्रधानानं त्याला थांबवलं. तो म्हणाला, ''आपण महाराज आहात. कोणतीही गोष्ट आपण खाण्यापूर्वी सावधगिरी म्हणून ती दुसऱ्या कोणीतरी चाखून पाहणं गरजेचं आहे.''

राजा म्हणाला, ''हा माझा मित्र आहे. हा मला कोणतीही हानी पोहोचवणार नाही याची मला खात्री आहे.''

''पण महाराज, नियम म्हणजे नियम. तुम्ही हा आंबा घाईनं खाऊ नये.''

प्रधान म्हणाला. एवढ्यात उद्यानातील एक माकड उड्या मारत तिथे आलं व तो आंबा पळवून झाडावर जाऊन बसलं. त्यानं तो आंबा खाण्यास सुरुवात केली आणि क्षणार्धात सर्वांच्या नजरेसमोर ते मरून पडलं.

ते पाहताच राजा संतप्त झाला. तो आपल्या सैनिकांना म्हणाला, "हा माझा मित्र मला मारायला निघाला होता. याला पकडून पिंजऱ्यात ठेवा."

त्या विषारी आंब्याची कोय कोणीतरी लांबवर फेकून दिली. ती त्या ठिकाणी आपोआप रुजली. अगदी अल्पावधीतच तिथं एक आंब्याचं मोठं झाड उगवलं. ते खूप सुंदर डेरेदार होतं. परंतु ते त्या विषारी आंब्याच्या कोयीपासून उगवलेलं झाड असल्याचं सर्वांनाच माहीत असल्यामुळे कोणी त्याच्या सावलीलासुद्धा उभं राहत नसे. त्यानंतर थोड्या दिवसांनी त्याला एकच सुंदर, पिवळाधमक आंबा लागला. सर्वजण त्या झाडाकडे, त्या आंब्याकडे लांबून बघत, पण कोणीही त्याच्याजवळ जाण्याचं धाडस मात्र करत नसे.

त्याच गावात एक वृद्ध जोडपं राहत होतं. बिचारे पतीपत्नी सतत आजारी असत. त्यांच्याकडे खायला अन्न नव्हतं की औषधपाण्याला पैसा नव्हता. त्यांना या जिण्याचा, या गरिबीचा कंटाळा आला होता. एक दिवस जीवनाला कंटाळून त्यांनी आत्महत्या करण्याचा निर्णय घेतला, पण बाजारातून विष आणायलासुद्धा पैसे नव्हते त्यांच्याजवळ. आपण तो विषारी आंबा खावा आणि जीव द्यावा, असं त्यांनी ठरवलं. दुसऱ्या दिवशी ठरल्याप्रमाणे त्यांनी तो आंबा तोडून आणला, अर्धा अर्धा वाटून खाल्ला आणि झोपी गेले. झोपेत आपल्याला मृत्यू येईल, अशी त्यांची कल्पना होती.

पण दुसऱ्या दिवशी उठून बघतात तर काय दोघेही जिवंतच होते. पत्नीनं पतीकडे निरखून पाहिलं तर तो तिला कित्येक वर्षांनी तरुण झाल्यासारखा, देखणा भासला. पतीनं पत्नीकडे निरखून पाहिलं. त्यालाही आपली पत्नी तरुण व सुंदर भासली. आपण परत एकदा तरुण आणि आरोग्यसंपन्न झालो आहोत, हे त्यांच्या लक्षात आलं. ही बातमी वाऱ्यासारखी पसरली. ती काही दिवसांनी राजाच्या कानावर गेली. त्या पती-पत्नींच्या चिरतारुण्यामागचं रहस्य आता त्याला उलगडलं. आपला कबूतर मित्र खरंच बोलत होता. त्यानं आपली मुळीच फसवणूक केलेली नाही, हे त्याच्या लक्षात आलं. मग त्यानं आपल्या कबूतर मित्राला बोलावून घेतलं. नकळत काही अपघातानं तेव्हा तो आंबा विषारी झाला असावा हे सत्य त्या दोघांनाही उमगलं.

त्या घटनेनं राजा एक धडा शिकला 'तुम्हाला जे दिसतं तसं प्रत्यक्षात असेलच असं नाही!'

■

असत्यकथनाचं पुस्तक

रघू हा एक चाणाक्ष, धूर्त मुलगा होता. तो खरंतर बुद्धिमान होता, पण या बुद्धीचा वापर तो भोळ्याभाबड्या लोकांना फसवण्यासाठी करत असे. हा रघू कधी कोणाला फसवेल, कधी कोणाला लुबाडेल याचा नेम नसे.

एक दिवस तो आपला मित्र राजू याच्याकडे जाऊन म्हणाला, "राजू, हे घे चांदीचं नाणं. काल तू माझ्या स्वप्नात आला होतास ना, तेव्हा हे मी तुझ्याकडून उसनं घेतलं होतं. आज ते तू परत घेऊन टाक बरं!"

त्याचे शब्द ऐकताच राजू चकीत झाला. एखाद्या माणसानं स्वप्नात जर दुसऱ्याकडून पैसे उसने घेतले असतील, तर ते खऱ्या खुऱ्या जगात कधीतरी परत करील का? असा विचार त्याच्या मनात आला. तरीपण अधाशी वृत्तीमुळे त्यानं काही न बोलता त्या नाण्याचा स्वीकार केला.

दुसऱ्या दिवशी रघू परत राजूकडे गेला आणि त्याच्या हातात शंभर रुपये देऊन म्हणाला, हे घे शंभर रुपये तुझे तुला परत. काल स्वप्नात हे तू मला उसने दिले होतेस." ह्या रघूचं डोकं नक्कीच फिरलं असावं, असं राजूच्या मनात आलं. तरीपण त्याने ते पैसे ठेवून घेतले.

तिसऱ्या दिवशी रघू राजूकडे जाऊन म्हणाला, "अरे राजू; काल मी स्वप्नात तुला जे एक हजार रुपये उसने दिले होते ना, ते दे बघू माझे मला परत!"

राजूला यावर काय बोलावं तेच कळेना. तो जोरात विरोध करत म्हणाला, "काहीतरी काय बोलतोयस रघू? स्वप्नात उसने घेतलेले पैसे कधीतरी कोणी प्रत्यक्षात परत करतं का? स्वप्न आणि वास्तव यात फरक असतो."

त्यावर रघूचा युक्तिवाद तयारच होता.

"का बरं? जर मी स्वप्नात तुझ्याकडून उसनं घेतलेलं चांदीचं नाणं आणि शंभर रुपये जेव्हा प्रत्यक्षात परत केले, तेव्हा तू ते आनंदानं घेतलेस ना? मग ते जर तुला चालले तर आता तू स्वप्नात माझ्याकडून उसने घेतलेले एक हजार रुपये परत करणं, हेही तुझं कर्तव्यच आहे."

यावर दोघांची जोरात बाचाबाची सुरू झाली. अखेर ते दोघे न्यायनिवाड्यासाठी राजाकडे गेले. रघूच्या भामटेपणाविषयी राजा बरेच दिवसांपासून ऐकून होता. तो

म्हणाला, ''रघू, तू नेहमी खोटं बोलतोस आणि भोळ्याभाबड्या लोकांना फसवतोस हे माझ्या कानावर आलं आहे. तू माझ्यासमोर आत्ता खोटं बोलून दाखवच. मी लगेच तुझं खोटं पकडतो की नाही ते बघ!''

त्यावर रघू भोळाभाबडा चेहरा करून म्हणाला, ''महाराज, माझ्या घरी 'असत्य कथन कसे करावे' या विषयावर एक मोठा ग्रंथच आहे. त्याच्या मदतीनंच मी नेहमी लोकांना फसवत असतो. आत्तासुद्धा ते पुस्तक जर माझ्या घरून मागवता आलं, तर मी आपल्यालासुद्धा बेमालूम फसवू शकेन, महाराज.''

राजानं ताबडतोब आपल्या सैनिकांना बोलावून घेतलं व त्यांना रघूच्या घरून तो ग्रंथ घेऊन येण्यास सांगितलं. रघूच्या आईनं राजाच्या शिपायांना आपल्या घराकडे येताना पाहिलं व ती चिंतित झाली. त्या शिपायांनी 'असत्य कथन कसे करावे' या विषयावरील ग्रंथ तिच्याकडे मागितला. ती बिचारी घाबरून गेली. तिला तर काहीच माहीत नव्हतं. तिनं सैनिकांना तसं सांगताच ते म्हणाले, ''त्या खोटारड्या रघूची आई ना तू! तू तर त्याच्या वरचढ खोटारडी!'' असं म्हणून त्यांनी जबरदस्तीने घरात घुसून घराची झडती घेतली, पण असा काही ग्रंथ नव्हताच. साहजिकच त्यांच्या हाती काहीच लागलं नाही.

ते परत राजाकडे आले व त्यांनी सर्व हकिकत सांगितली. ते ऐकताच राजा संतप्त झाला.

''रघू, खरं खरं सांग. कुठे दडवून ठेवला आहेस तो ग्रंथ?''

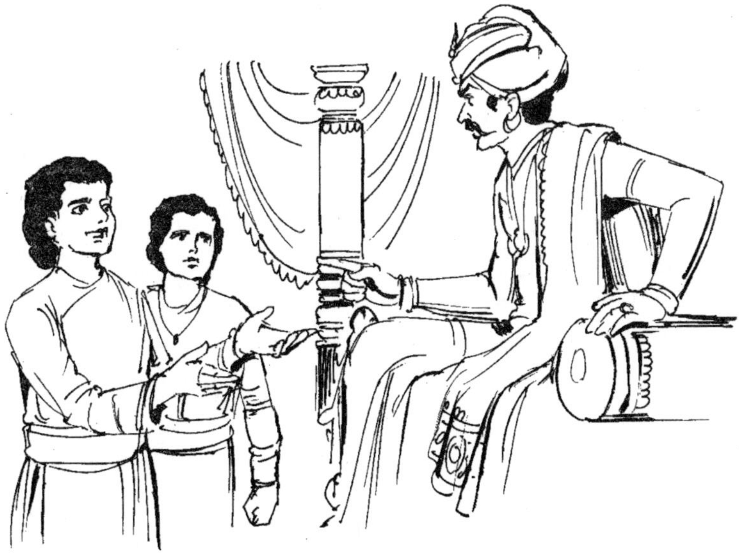

त्यावर रघू मोठमोठ्यांदा हसत सुटला आणि म्हणाला, "महाराज, मी तर खोटं बोललो. बघा, मी तुम्हाला फसवलं. तुम्ही माझं खोटं काही पकडू शकला नाहीत. अहो, हा असला काही ग्रंथ मुळी नाहीच आहे, पण तरीही तुम्ही माझ्या बोलण्यावर विश्वास ठेवून माझ्या घराची झडतीसुद्धा तुमच्या सैनिकांकरवी घेतलीत!"

हे ऐकून राजा आधी रागावला, पण नंतर स्वतःचा मूर्खपणा त्याच्या लक्षात आल्यावर तो हसू लागला. तो रघूला समजावत म्हणाला, "रघू, खरं तर तू एक बुद्धिमान मुलगा आहेस. अशा भामटेगिरीत तू आपला वेळ वाया का घालवतोस? त्यापेक्षा भरपूर शीक, मोठा हो, एक चांगला माणूस हो. समाजाच्या उपयोगी पड."

■

सोन्याचा पाऊस

चोलनपूर गावात गुणशेखर नावाचा गरीब मुलगा राहत होता. तो जेव्हा थोडा मोठा झाला तेव्हा विद्या संपादन करण्यासाठी तो गुरुगृही जाऊन राहिला. त्यानं आपल्या गुरुंची मनोभावे सेवा केली. गुरू प्रसन्न झाले. असेच दिवस गेले. गुणशेखर आता विद्यासंपन्न तरुण मुलगा बनला होता. गुरुगृह सोडून आपल्या घरी परत जाण्याची वेळ आता जवळ आली होती.

एक दिवस गुरुंनी त्याला जवळ बोलावून विचारलं, "गुणशेखर, तू आता सर्व विद्यांमध्ये पारंगत झाला आहेस. तू एक कष्टाळू, बुद्धिमान मुलगा आहेस. जाण्यापूर्वी मी तुला काय वरदान देऊ, ते सांग."

त्यावर गुणशेखर त्यांना म्हणाला, "गुरुजी, मला तुम्ही सोन्याचा पाऊस पाडण्याची विद्या शिकवा. म्हणजे माझ्या जीवनातील गरिबी संपुष्टात येईल."

त्यावर गुरू हसून म्हणाले, "अरे वेड्या, हे असलं भलतंसलतं मागणं मागू नको. कारण ही असली विद्या शिकून अखेर तू स्वत:वर संकटच ओढवून घेशील. मेहनतीनं मिळवलेली धनसंपत्ती हीच खरी संपत्ती. तीच चिरस्थायी असते. दुसऱ्या कोणत्याही मार्गानं मिळवलेलं धन कधीही आपल्याकडे टिकून राहत नाही."

पण गुणशेखरनं त्यांचं काही एक ऐकलं नाही. तो परत परत एकच हट्ट धरून बसला. अखेर गुरुंनी ती विद्या त्याला शिकवली आणि म्हणाले, "गुणशेखर, तू आता ही विद्या तर शिकलास, पण हिचा प्रयोग करण्यासाठी तुला सावधगिरी बाळगावी लागेल. नक्षत्राची व ग्रहताऱ्यांची आकाशात एक विशिष्ट स्थिती असतानाच तुला या विद्येचा वापर करता येईल व अशी स्थिती आकाशात फारच कमी वेळा संभवते. शिवाय अशा प्रकारे तुला संपत्ती प्राप्त झाल्यानंतर तू त्यातील जास्तीत जास्त संपत्तीचा वापर लोककल्याणासाठी केला पाहिजेस. या संपत्तीचा वापर जर तू किंवा आणखी कुणीही स्वत:च्या स्वार्थासाठी केला तर त्या व्यक्तीचा विनाश होईल हे नक्की!"

गुणशेखरला विद्याप्राप्तीचा इतका मोठा आनंद झाला होता, की त्याने आपल्या गुरुजींच्या बोलण्याकडे फारसं लक्षही दिलं नाही.

एकदा असाच रात्रीच्या वेळी तो अरण्यातून प्रवास करत होता. घनदाट काळोख होता. अचानक त्याचं लक्ष आकाशाकडं गेलं. बघतो तर काय गुरुजींनी वर्णन केलेली ग्रह-तारे-नक्षत्रांची ती विशिष्ट स्थिती त्यावेळी आकाशात जमून आली होती. गुरुकडून प्राप्त झालेल्या विद्येचा प्रयोग करून धन मिळवण्याची संधी अनायसे चालून आली होती. त्याने एका जागी शांत बसून मंत्राचा जप केला. थोड्याच वेळात आकाशातून सुवर्णमुद्रांची वृष्टी होण्यास सुरुवात झाली.

काही काळानंतर ती थांबली. गुणशेखरचा आनंद गगनात मावेना. त्याने घाईघाईने त्या सुवर्णमुद्रा आपल्याजवळच्या झोळीत गोळा केल्या आणि तो ती झोळी उशाला घेऊन एका झाडाखाली झोपून गेला. थोड्या वेळाने तिकडून काही चोर आले. एकटा वाटसरू दिसताच त्यांनी त्याच्यावर हल्ला चढवला. त्याची झोळी सुवर्णमुद्रांनी भरलेली आहे हे पाहताच, ते त्याला दरडावून म्हणाले, "ह्या एवढ्या सुवर्णमुद्रा कुठून आल्या तुझ्याकडे? बाकीचा खजिना कुठे आहे ते सांग मुकाट्याने."

त्यावर गुणशेखरला त्यांना सत्य सांगणं भागच पडलं. आपल्याला कशी गुरुविद्या प्राप्त झाली आहे हे त्यानं सांगितलं; पण चोरांच्या टोळीच्या म्होरक्याचा त्याच्यावर मुळीच विश्वास बसला नाही. तो म्हणाला, "उगीच लहान मुलांच्या

गोष्टीसारखी गोष्ट सांगू नकोस. तुझं म्हणणं जर खरं असेल, तर मग आत्ताच्या आत्ता मला इथं सोन्याचा पाऊस पाडून दाखव.''

गुणशेखर त्याला विरोध करत म्हणाला, ''अहो, तो सोन्याचा पाऊस असा हवा तेव्हा नाही पाडता येत. त्यासाठी आकाशात ग्रह-तारे-नक्षत्रांची विशिष्ट स्थिती जुळून यावी लागते.''

पण त्या चोरांचा त्याच्या बोलण्यावर मुळीच विश्वास बसला नाही. त्यांनी त्याचा गळा घोटून त्याला ठार मारलं. त्यानंतर त्या चोरांच्यात त्या संपत्तीच्या वाटणीवरून भांडणं जुंपली. चोरांच्या म्होरक्याने सर्व चोरांना मारून टाकलं. त्यांच्या टोळीतला स्वयंपाकी तेवढा उरला. म्होरक्याने त्या स्वयंपाक्याला जेवण बनवण्याची आज्ञा दिली व स्वत: ते धन लपवण्यासाठी निघून गेला. इकडे स्वयंपाक्याच्या मनात काळंबेरं आलं व त्याने त्या जेवणात विष कालवून ठेवलं. म्होरक्या जेव्हा परत आला तेव्हा त्याच्या मनात विचार आला, 'या स्वयंपाक्याला आपलं सर्व रहस्य माहीत झाले आहे. न जाणो, याने आपल्याला दगा फटका केला तर!' मग त्यानं क्षणाचाही विचार न करता त्याला मारून टाकलं व त्याने वाढून ठेवलेलं जेवण जेवण्यास सुरुवात केली, पण चार घास पोटात जाताच विषाचा परिणाम झाला आणि थोड्याच वेळात तो म्होरक्याही मृत्युमुखी पडला.

कष्ट न करता प्राप्त झालेली संपत्ती अखेर सर्वांच्याच विनाशास कारणीभूत ठरली.

■

सोयाबीनची कथा

वीरेंद्र हा एक साहसी, बुद्धिमान तरुण होता. आपले गुरू धर्मेंद्रजी यांच्या हाताखाली शिकून अनेक विद्यांमध्ये तरबेज झाला होता. तो गुरुजींचा फार आवडता शिष्य होता. वीरेंद्रचा अभ्यासक्रम शिकून पूर्ण झाल्यावर त्यानं आपल्या गुरुजींना विचारलं, "गुरुजी, आजपर्यंत तुम्ही नि:स्वार्थीपणानं तुमच्याजवळ होतं नव्हतं ते सगळं मला दिलंत. आता गुरुदक्षिणा म्हणून मी तुम्हाला काय देऊ?"

त्यावर गुरुजी हसून म्हणाले, "तू एक चांगला मुलगा आहेस. देवाची कृपादृष्टी सदोदित तुझ्यावर राहो. तिकडे पलीकडे डोंगरात एक चेटकीण राहते. तिच्याजवळ ज्ञानाचा मोठा ग्रंथ आहे. त्यातील ज्ञानाच्या आधारे तिला जे काय पाहिजे ते ती मिळवू शकते. त्या चेटकीला जमिनीच्या खाली गाडलं, तरच तो ग्रंथ आपल्याला मिळेल व मानवजातीच्या कल्याणासाठी त्याचा वापर करता येईल, पण तो ग्रंथ मिळवणं ही काही सोपी गोष्ट नाही. तो ग्रंथ नसल्यामुळेच आज माझ्यासारख्या अनेक शिक्षकांच्या ज्ञानाला मर्यादा पडल्या आहेत. तू अजून लहान आहेस, पण साहसी आहेस. तर तो ग्रंथ तू मला आणून देऊ शकशील का?"

त्यावर वीरेंद्र लगेच तसं करण्यास तयार झाला. पण आपल्या या शिष्याच्या सुरक्षिततेची गुरुजींना काळजी होती. म्हणून त्यांनी त्याला जवळ बोलावून तीन खडे दिले आणि म्हणाले, "हे तीन जादूचे खडे आहेत. यातील प्रत्येक खडा तुझी एक इच्छा पूर्ण करेल. संकटसमयी तू त्यांचा वापर कर."

त्यानंतर वीरेंद्र प्रवासाला निघाला, प्रवास अत्यंत खडतर होता. अखेर मजल दरमजल करत तो त्या चेटकीच्या घरी पोहोचला. घराचं दार उघडंच होतं. ती बिछान्यावर गाढ झोपली होती. शेजारीच तो भलामोठा ग्रंथ ठेवलेला होता. वीरेंद्रनं लांबूनच आपल्या खिशातील एक खडा त्या ग्रंथावर फेकला आणि हात जोडून इच्छा केली, 'हा ग्रंथ आकारानं अगदी लहान आणि वजनाला हलका होऊ दे, म्हणजे मला तो माझ्या खिशात घेऊन जाता येईल.'

त्याबरोबर तो ग्रंथ अगदी लहान झाला. त्यानं तो तात्काळ उचलून खिशात

टाकला आणि तो जायला निघाला, एवढ्यात ती चेटकीण जागी झाली. तिनं वीरेंद्रला पकडलं आणि हास्याचा गडगडाट करत म्हणाली, "बरं झालं. आज किती दिवसांनी माणूस मिळाला. आता मी तुला खाऊन टाकते."

पण वीरेंद्र चाणाक्ष होता. तो तिला समजावत म्हणाला, "हो, जरूर खा. पण त्याआधी मला स्नान करून जरा स्वच्छ तर होऊ दे."

चेटकिणीने क्षणभर विचार केल्यावर तिलाही ते पटलं. मग ती म्हणाली, "मी तुला अंघोळीला बाहेरच्या ओढ्यावर जाऊ देईन. पण मला फसवण्याचा तुझा बेत असेल तर? ते काही नाही. मी त्याआधी तुझ्या कमरेभोवती दोर बांधते. त्या दोराचं दुसरं टोक मी माझ्याच हाती ठेवते."

वीरेंद्रनं ते मान्य केलं व तिच्याकडून कमरेला दोर बांधून घेऊन तो स्नान करण्याच्या बहाण्याने घराबाहेर पडला. बाहेर घनदाट काळोख होता. त्या काळोखात वीरेंद्रनं आपल्या कमरेचा दोर सोडवला आणि तो एका मजबूत झाडाच्या बुंध्याला बांधून टाकला. त्या झाडाच्या बुंध्यापाशी आपल्या खिशातील दुसरा खडा टाकून तो म्हणाला, "चेटकिणीनं काही प्रश्न विचारलाच तर माझ्यासारख्या आवाजात उत्तर दे."

चेटकीण वीरेंद्रची वाट बघत बसून होती. जरा वेळ गेल्यावर हातातील दोराला हिसका देऊन ती म्हणाली,

"तू आहेस ना?"

त्यावर तो खडा वीरेंद्रच्या आवाजात उत्तरला, "होय, मी इथेच आहे."

एव्हाना वीरेंद्रचा अर्धा रस्ता पार करून झाला होता.

इकडे चेटकीने परत तोच प्रश्न विचारला आणि खड्याने तेच उत्तर दिलं. असं थोड्या थोड्या वेळाच्या अंतरानं चार पाच वेळा घडलं. आता मात्र चेटकिणीला संशय आला. तिनं त्या दोराला जोराचा हिसका देताच ती स्वत:च जमिनीवर पडली. कारण झाडाचा बुंधा चांगलाच मजबूत होता. घडला प्रकार तिच्या लक्षात आला. ती संतप्त झाली आणि घराबाहेर येऊन वाऱ्याच्या वेगानं वीरेंद्रचा पाठलाग करू लागली.

वीरेंद्रच्या ते लक्षात आलं. आता अखेरचा उपाय म्हणून त्यानं तिसरा खडा खिशातून काढला आणि म्हणाला, "त्या चेटकिणीचा मार्ग मोठे पर्वत, काटेकुटे आणि संकटांनी भरलेला असू दे."

त्यानंतर तो चेटकिणीच्या आधीच आपल्या गुरुजींच्या घरी पोहोचला व त्यानं तो ग्रंथ त्यांच्याकडे सुपूर्द केला. घडला प्रकार गुरुजींना कळताच त्यांनी वीरेंद्रला घराच्या आतील भागात लपण्यास सांगितलं.

थोड्याच वेळात चेटकीण गुरुजींच्या घरी हजर झाली. ती ओरडून म्हणाली,

"कुठे आहे तो मुलगा?"

त्यावर गुरुजी म्हणाले, "ते तर मलापण माहीत नाही. आपण दोघे मिळून त्याचा शोध घेऊ, पण तुम्ही आत्ता इतका लांबचा प्रवास करून, थकून भागून आला आहात. पोटभर भोजन करा. विश्रांती घ्या."

त्यांनी चेटकिणीला भात, भाजी, आमटी, पोळी असं जेवण वाढलं. ते जेवल्यावर चेटकीण तृप्त झाली.

आता धर्मेंद्रजी तिला म्हणाले, "त्या एवढ्याशा पोराचा पाठलाग करत होता तुम्ही? माझा तर विश्वासही बसत नाही. लोक म्हणतात, तुम्हाला आभाळाएवढं मोठंसुद्धा होता येतं. खरं आहे का हे? खरंच तुम्ही आभाळाला स्पर्श करू शकता?"

त्यावर चेटकी फुगून मोठी मोठी होऊ लागली. बघता बघता खरोखरच ती आभाळाएवढी मोठी झाली.

धर्मेंद्रजी म्हणाले, "अरे वा! खरोखरच धन्य आहात तुम्ही. पण काय हो, तुम्हाला एखाद्या लहानशा बीएवढं छोटं होता येईल का? दाखवा पाहू तुमची करामत."

"काही हरकत नाही" असं म्हणून हसून चेटकीने स्वत:चं रूपांतर एका लहानशा बीमध्ये करून दाखवलं.

गुरुजींनी ताबडतोब ती बी उचलली आणि आपल्या घरासमोरील अंगणातील जमीन खणून त्यात ती गाडून टाकली. आता त्या चेटकिणीला बाहेर येणं अशक्य होऊन बसलं. काही दिवसांनी त्या बीपासून सोयाबीनचं झाड उगवलं. आजही ताकद मिळवण्यासाठी लोक सोयाबीन खातात.

■

कृतज्ञता

खूप खूप वर्षांपूर्वीची गोष्ट. एका खेडेगावात गिरिजा आणि गिरिधर नावाचं एक वृद्ध जोडपं राहत होतं. ते फारच गरीब होतं. गिरिधरचा टोप्या बनवून विकण्याचा व्यवसाय होता, पण स्वत: बनवलेल्या टोप्या विकून त्याला फारच कमी पैसे मिळत. त्यात त्यांचा चरितार्थ अगदी कसाबसा चाले. तरीपण ते दोघे शांत व समाधानी वृत्तीचे होते.

एकदा दिवाळी अगदी तोंडाशी आली होती, पण घरात धान्याचा दाणासुद्धा शिल्लक नव्हता. गिरिजा चिंतेत पडली, पण गिरिधर तिला म्हणाला, ''अगं, काळजी नको करू. मी नुकत्याच तीन खास टोप्या बनवल्या आहेत. धुकं, सूर्याचं ऊन आणि पाऊस या तिन्हीपासून रक्षण करणाऱ्या या टोप्या आहेत. मी आता शहरात जाऊन त्या विकतो आणि आलेल्या पैशातून आपण दिवाळी साजरी करूया.''

त्यानं त्या तीन टोप्या बरोबर घेतल्या आणि दूरवरच्या शहरात जायला निघाला. वाटेत त्याला भाताची शेतं लागली. भला मोठा पर्वत चढून पार करावा लागला, रानावनातून पायी जावं लागलं, तेव्हा कुठे तो अखेरीस मोठ्या शहरात येऊन पोहोचला. शहरात भला मोठा बाजार भरला होता. बिचारा गिरिधर, बाजारात मध्यभागी उभा राहून आपल्या वार्धक्याने क्षीण झालेल्या आवाजात त्या टोप्यांची जाहिरात करत होता, पण त्याच्याकडे कुणीच लक्षसुद्धा दिलं नाही. या असल्या जुनाट धर्तीच्या टोप्या कुणालाच नको होत्या. गिरिधर वारंवार सर्वांना सांगण्याचा प्रयत्न करत होता, ''या टोप्या अगदी खास टोप्या आहेत. न घ्याल तर पस्तवाल.'' सकाळपासून संध्याकाळपर्यंत त्या एकाच जागी तो ताटकळत उभा होता. पण कोणीच त्याच्या टोप्या खरेदी केल्या नाहीत. त्याला खूप दु:ख झालं. अखेर जड हृदयानं तो आपल्या गावी परत येण्यास निघाला.

तो परत चालला असता रानात एका झाडाखाली त्याला एक माकड दिसलं. त्या माकडाला त्याचं पिल्लू बिलगलं होतं. बिचारं थंडीनं काकडत होतं. त्यानं आपल्या थैलीतील एक टोपी काढली व त्या माकडाच्या पिलाच्या डोक्यावर घातली आणि म्हणाला, ''माझी ही टोपी तुला ऊब देईल, तुझं रक्षण करील.''

त्यानंतर तो आपल्या घराकडे निघाला. वाटेत एक भलामोठा डोंगर लागला. गिरिधर तो डोंगर पार करत असताना त्याला धुक्यात एक गाय थरथर कापत उभी राहिलेली दिसली. गिरिधरला तिची दया आली. त्यानं थैलीतील एक टोपी काढून तिला घातली व म्हणाला, "माझ्या या टोपीनं तुला ऊब मिळो."

त्यानंतर तो घराकडे चालला असता त्याला वाटेत हिरवंगार कुरण लागलं. त्या कुरणात मधोमध एक बुजगावणं उभारलेलं होतं. त्या बुजगावण्याला घातलेले कपडे वाऱ्याने उडत होते. एवढ्यात झिमझिम पाऊसही सुरू झाला. गिरिधरला वाटलं, बिचारं बुजगावणं या पावसात थंडीनं गारठून गेलं असेल. त्यानं उरलेली टोपी त्या बुजगावण्याला घातली आणि म्हणाला, "परमेश्वराची कृपा तुझ्यावर नेहमी राहो. माझ्या या टोपीनं तुला ऊब मिळो."

त्यानंतर तो रिकाम्या हातानं घरी गेला. थैलीत टोप्याही नाहीत आणि खिशात पैसाही नाही.

"आपल्याजवळ काही नसावं, ही कदाचित देवाची इच्छाच असेल. पण आपल्या दोघांकडे जो आनंद आहे, तो फार मोठा आहे. त्यामुळेच आपण समाधानी राहूया" गिरिधर म्हणाला.

"पण तुम्ही बनवलेल्या टोप्या कुठे आहेत?" गिरिजानं विचारलं.

"ज्यांना त्या टोप्यांची गरज होती, त्यांना मी त्या देऊन टाकल्या."

"मग त्यांनी त्याचे किती पैसे दिले?"

"काही नाही. पण त्यांना त्या टोप्या नक्की पसंत पडल्या असतील, अशी माझी खात्री आहे."

हे ऐकून गिरिजा जरा दुःखी झाली. पण ती काही बोलली मात्र नाही.

दुसऱ्या दिवशी सकाळी उजाडता उजाडताच दरवाजावर थाप पडली. पतीपत्नी सावकाश उठून चालत दार उघडण्यासाठी आले. बऱ्याच दिवसात पोटाला पुरेसं अन्न न मिळाल्यानं दोघंही क्षीण झाले होते.

त्यांनी बाहेर डोकावून पाहिलं तर दारात कुणीच नव्हतं. अचानक त्यांची नजर खाली गेली. बघतात तर काय, दारासमोरच जमिनीवर तीन गोष्टी ठेवण्यात आल्या होत्या. दुधानं भरलेली चरवी, तांदुळाचं पोतं आणि फळांनी भरलेली टोपली. त्यांनी दूरवर पाहिलं, पण कोणीच माणूस नव्हतं. गिरिजा हर्षभरित होऊन म्हणाली, "चला, चला. शेजाऱ्यापाजाऱ्यांना आपल्या घरी जेवायला बोलवा, मी लगेच स्वयंपाकाला लागते. आपण दिवाळी साजरी करूया."

तिनं त्या तीनही वस्तू स्वयंपाकघरात नेऊन रिकाम्या केल्या, तर त्यात दूध, फळफळावळ आणि तांदूळ नव्याने भरून गेले. त्यानंतरच्या पुढील आयुष्यात

गिरिधर आणि गिरिजाला कशाचीच ददात पडली नाही.

गिरिधर नेहमी म्हणत असे, 'कृतज्ञता हे सुसंस्कृत मनाचं लक्षण आहे.' पण ती सुसंस्कृतता माणसांपेक्षा प्राण्यांमध्ये जास्त प्रमाणात असते, हे आता त्याच्या मनात आलं.

■

चतुर जयराज

जयराज हा एक तरुण मुलगा होता. तो अंगयष्टीनं अगदीच किरकोळ होता. हडकुळाच म्हणा ना, पण त्याची बुद्धी मात्र तीक्ष्ण होती. त्या प्रदेशाचा राजा खाण्यापिण्याचा शौकीन होता. एक दिवस राजानं घोषणा केली, ''जो मला अत्यंत स्वादिष्ट खाद्यपदार्थ बनवून खायला देईल त्याला मी फार मोठं बक्षीस देईन.''

त्यानंतर अनेकांनी विविध प्रकारची पंचपक्वान्नं राजासाठी बनवून आणली, पण राजाचं काही समाधान झालं नाही.

एक दिवस जयराज राजाच्या राजवाड्यात गेला आणि म्हणाला, ''महाराज, मी तुमच्यासाठी एक अत्यंत चविष्ट खाद्यपदार्थ बनवून आणीन. पण तत्पूर्वी माझी एक अट आहे. तिचं तुम्हाला कसोशीनं पालन करावं लागेल. माझ्या या खाद्यपदार्थाचं ग्रहण करण्यापूर्वी तुम्हाला तुमची जीभ अतिशय स्वच्छ ठेवावी लागेल. तुमचं तोंडही दिवसभर बंद ठेवावं लागेल.''

''म्हणजे काय?'' राजानं विचारलं.

''म्हणजे दिवसभरात जीभ आणि तोंडाचा थोडाही वापर तुम्ही करता कामा नये.''

राजानं ही अट मान्य केली, पण त्यामुळे राजाला सकाळची न्याहारी, दुपारचं जेवण आणि संध्याकाळचा फराळ घेताच आला नाही. संध्याकाळची वेळ झाली. आता राजा भुकेनं व्याकूळ झाला होता. कधी एकदा रात्रीचं जेवण समोर येतं, असं त्याला झालं होतं.

रात्रीच्या वेळी जयराज एका पातेल्यात साधा भात शिजवून घेऊन आला. त्यात त्यानं फक्त मीठ तेवढं घातलं होतं. बाकी काहीही नाही. ते पाहून सर्वांनाच अत्यंत आश्चर्य वाटलं, पण राजा दिवसभराच्या उपासानंतर इतका भुकेला होता, की त्याने तोही अगदी आवडीनं खाल्ला.

''महाराज, भोजन कसं होतं?'' जयराजनं विचारलं.

''जेवण छानच होतं, पण...''

''महाराज, मग मला माझं बक्षीस द्या.''

"अरे, पण तू तर मला नुसता मीठ-भात दिलास. त्यात खास असं काहीच नव्हतं."

"महाराज, मी तुम्हाला काय जेवायला वाढलं हे महत्त्वाचं नसून ते तुम्हाला कसं वाटलं हे महत्त्वाचं आहे."

आता खरी गोष्ट राजाच्या लक्षात आली. जयराजनं युक्तीनं राजाला पूर्ण दिवस उपास करण्यास भाग पाडलं होतं. एखादा माणूस जेव्हा भुकेला असतो तेव्हा साधा मीठ-भातसुद्धा त्याला अमृतासारखा भासतो. जयराजच्या चातुर्याचं राजाला कौतुक वाटलं व त्यानं जयराजला बक्षीस दिलं.

एक दिवस जयराज दुसऱ्या एका गावाला निघाला होता. रस्त्यावर काही गावकरी जमा झाले होते आणि ते आपापसात काहीतरी कुजबुजत होते. त्यांच्या समोर रस्त्याच्या मधोमध एक प्रचंड मोठा खडक होता व त्यामुळे रहदारीला अडथळा निर्माण झाला होता. त्यांच्यातील एकजण म्हणाला, "हा खडक जर या वाटेतून कोणाला बाजूला करता आला, तर किती बरं होईल!"

जयराजने ते ऐकलं. तो थोडा वेळ तिथेच उभा राहिला आणि नंतर म्हणाला, "मी हा खडक माझ्या पाठीवर वाहून इकडून तिकडे नेऊ शकतो, पण त्यासाठी तुम्ही मला आधी एक हजार रुपये दिले पाहिजेत."

जयराज इतका हडकुळा होता, की त्याचं हे बोलणं ऐकून गावकऱ्यांना फारच नवल वाटलं. गावचा मुखिया पुढे येऊन म्हणाला, "ठीक आहे. आम्ही तुला एक हजार रुपये देऊ, पण त्यातले पाचशे रुपये आधी देऊ आणि उरलेले पाचशे मात्र काम पूर्ण झाल्यावर देऊ."

जयराजने पाचशे रुपये आधी ताब्यात घेतले त्यानंतर तो त्या खडकाच्या जवळ जाऊन आपली पाठ वाकवून दोन्ही हात डोक्याच्या मागच्या बाजूला कानापाशी उंच धरून तयारीत उभा राहिला. जणू काही ओझं उचलण्याच्या तयारीत! थोडा वेळ गेल्यावर गावकरी अस्वस्थ होऊन चुळबूळ करू लागले. त्यांच्या मुखियाने जयराजला विचारलं, "हे काय? तू तो खडक उचलून दूर ठेवणार होतास ना?"

त्यावर जयराज म्हणाला, "हो ना. त्यासाठीच तर मी असा तयारीत थांबलोय. मी तुम्हाला आधी सांगितलं होतं ना. हा दगड मी माझ्या पाठीवर वाहून इकडून तिकडे नेईन म्हणून! मग कुणीतरी लगेच हा दगड माझ्या पाठीवर ठेवा बरं...!

त्याचा कावा गावकऱ्यांच्या लक्षात आला, पण आता काहीही उपयोग नव्हता. त्यांनी जयराजला पाचशे रुपये आधीच दिले होते. जयराज आपली

कमाई खिशात घालून हसत हसत निघून गेला.

दुसऱ्या दिवशी तो एका वेगळ्या गावात गेला. तिथं स्पर्धा चालू होत्या. एक पिळदार बाहूंचा पहिलवान उभा होता. स्पर्धा सुरू झाली. मुखियाने जाहीर केले, "हा पंचा इतक्या जोरात फेकायचा आहे, की तो समोरच्या भिंतीच्या पलीकडे जाऊन पडला पाहिजे."

त्या पहिलवानानं तो पंचा हाती घेतला आणि आपली सर्व शक्ती पणाला लावून तो खूप लांबवर फेकण्याचा प्रयत्न केला. परंतु तो काही त्या भिंतीपलीकडे पोहोचू शकला नाही.

त्यानंतर जयराज स्पर्धेत उतरला. त्यानं एक मोठा दगड घेऊन तो त्या पंचात बांधला आणि मोठ्या वेगानं तो पंचा भिरकावला. आता मात्र तो भिंतीपलीकडे जाऊन पडला. बक्षीस म्हणून मिळालेले शंभर रुपये खिशात घालून जयराज चालू लागला.

तो पुढच्या गावात जाऊन पोहोचला. तिथेही गावकरी जमून आपापसात गप्पा मारत होते. जयराज त्यांच्याजवळ जाऊन उभा राहिला. तेथे त्याला एक गोष्ट समजली. त्या गावच्या जमीनदाराचं नाव होतं नारायण. तो धनाढ्य तर होताच पण अत्यंत धूर्त, कावेबाज होता. त्याचबरोबर तो फार तापट स्वभावाचा होता. त्याच्यासमोर उभं राहण्याची कोणाचीही हिंमत होत नसे.

जयराज ते ऐकून म्हणाला, "मी त्या तुमच्या जमीनदाराची भेट घेईन. इतकंच नव्हे तर मी त्याच्या घरी नाश्तासुद्धा घेईन, पण मी असं करून दाखवल्यास तुम्ही मला काय द्याल?"

गावकरी त्याला त्याबद्दल एक हजार रुपये देण्यास तयार झाले.

त्यानंतर जयराज त्या जमीनदाराच्या हवेलीपाशी जाऊन पोहोचला, पण दारावर पहारा देत असलेले शिपाई त्याला आत सोडेनात. त्यावर जयराज त्यांना म्हणाला, "जा, तुमच्या धन्याला सांगा. मी त्याच्याशी सोन्याच्या विटांविषयी चर्चा करायला आलो आहे."

शिपायांनी तो निरोप नारायणला सांगितला. एका अनोळखी माणसाला आपल्याशी सोन्याच्या विटांबद्दल चर्चा करायची आहे, हे ऐकून जमीनदाराची उत्सुकता जागृत झाली. तो नेमका त्यावेळी सकाळचा नाश्ता घेत होता. त्यानं जयराजला स्वत:बरोबर नाश्ता करण्यासाठी बोलावून घेतलं.

जयराज त्याच्याबरोबर नाश्त्याला बसला.

जमीनदार म्हणाला, "सोन्याच्या एका विटेचं वजन अंदाजे काय असेल?"

त्यावर जयराज म्हणाला, "ते त्या विटेच्या आकारावर अवलंबून असतं."
"पण मग एका विटेची किंमत साधारण किती असते?"
"ती विटेच्या वजनावर अवलंबून असतं."
"तू अशा किती विटा आणू शकशील?"
"तुम्हाला जितक्या पाहिजेत, तितक्या."
"आणि या तू कधी आणशील?"
"जेव्हा तुम्हाला हव्या असतील, तेव्हा!"
ते ऐकून जमीनदारावर चांगलीच छाप पडली.

एव्हाना जयराजचा नाश्ता झाला होता व तो हात धुवत होता. जमीनदारानं विचारलं, "तुझ्याकडे सोन्याच्या एकूण किती विटा आहेत?"

त्यावर जयराज शांतपणे म्हणाला, "माझ्याकडे एकही वीट नाही."

"पण मग तू सोन्याच्या विटांबाबत चर्चा करण्यासाठी इथं का आलास?"

"मी फक्त सोन्याच्या विटांचा विषय काढला, पण माझ्याकडे सोन्याच्या विटा आहेत, असं मी एकदाही म्हणालो नाही." जयराज म्हणाला.

आता मात्र जमीनदार चांगलाच संतापला. "कोण आहे रे तिकडे? या

माणसानं माझा वेळ व्यर्थ दवडला आहे. याला बाहेरचा रस्ता दाखवा.''

''धनी, त्याची काही गरज नाही. मी आपला आपणच जाईन.'' असं म्हणून जयराजनं तिथून काढता पाय घेतला.

त्यानंतर गावकऱ्यांकडून पैजेचे एक हजार रुपये वसूल करून जयराज आपल्या वाटेनं चालू लागला.

■

गर्वाचं घर

गोविंदा हा एक अत्यंत विद्वान गृहस्थ होता व त्याला आपल्या ज्ञानाचा फार गर्व होता. त्या जोरावर तो इतरांची खिल्ली उडवत असे.

त्याच्या गावाबाहेर एक नदी वाहत असे. त्या नदीपलीकडे गंगपुरा नामक दुसरं गाव होतं. त्या गावातील सर्वच लोक अतिशय विद्वान होते. त्या गावाची तशी ख्याती होती. एक दिवस गोविंदाच्या मनात आलं, आपण त्या गावी जावं आणि आपल्या स्वत:च्या अंगी केवढी विद्वत्ता आहे, हे त्या गावच्या लोकांना दाखवून द्यावं. मग तो घरातून निघाला. चालता चालता तो त्या नदीपाशी आला. नदीच्या काठाला एकुलती एक नाव उभी होती. त्या नावेत एकही उतारू नव्हता. नावाडी एकटाच तिथे उभा होता. गोविंदा त्या नावेत बसला आणि त्याने नावाड्याला पैलतीराला घेऊन जाण्याची खूण केली. दोघं निघाले.

त्यानंतर गोविंदाला त्या नावाड्याशी गप्पा मारण्याची लहर आली, परंतु तो नावाडी मूकबधीर होता. त्याने खाणाखुणांच्या साहाय्याने गोविंदाला तसं सांगितलं, पण गोविंदाला काही गप्प बसवेना. त्याने खाणाखुणांच्या भाषेतच त्या नावाड्याशी गप्पा मारण्यास सुरुवात केली.

सुरुवातीला गोविंदाने हाताने हवेत एक वर्तुळ काढून असं सुचवलं की ही पृथ्वी गोल असून ती ज्ञानाने भरलेली आहे.

नावाड्याला वाटलं गोविंदा खुणेनं स्वत:ला लाडू आवडत असल्याचं सांगत आहे. त्यामुळे त्यानं स्वत:च्या छातीवर हात ठेवून आपल्याला पण लाडू फारच आवडत असल्याचं गोविंदाला खुणेनं सांगण्याचा प्रयत्न केला.

गोविंदाला वाटलं, नावाडी म्हणतोय, 'हो, हो. मला माहीत आहे, तुम्ही काय सांगताय ते!'

त्यामुळे त्यानं खाणाखुणांच्या साहाय्यानं संभाषण करणं चालूच ठेवलं. त्यानं नावाड्यासमोर आपल्या उजव्या हाताची चार बोटे नाचवून त्याला सांगण्याचा प्रयत्न केला, "आपल्या देशात चार वेद आहेत!"

नावाड्याला वाटलं, गोविंदाकडे चार लाडू असल्याचं तो सांगत आहे. त्यामुळे त्याने हवेत हाताची पाचही बोटं नाचवून परत स्वत:च्या छातीवर हात

ठेवून गोविंदाला असं सुचवलं की "मी तर एका बैठकीत पाच लाडू खाऊ शकतो."

गोविंदाचा असा समज झाला की त्या नावाड्याला फक्त चार वेदच नव्हे तर आणखीही एक पाचवा वेद माहीत आहे, त्यामुळे तो चिंतित झाला.

गोविंदाच्या चेहऱ्यावरची चिंता पाहून त्याला आणखी घाबरवण्याच्या उद्देशानं नावाड्यानं परत हाताची बोटं हवेत नाचवली व त्यानंतर पैलतीरी असलेल्या गावाकडे बोट दाखवून असं सुचवलं "त्या गावात तर पाचाहून अधिक लाडू खाणारी कितीतरी माणसं आहेत." 'अरे देवा... ह्या इतक्या विद्वान माणसांना आपण वादविवादात कसं काय हरवणार?' असं गोविंदाच्या मनात येऊन तो फारच घाबरला. आता त्या गावी जाण्यात काहीच अर्थ नाही. त्यापेक्षा आपण आपल्या घरी परत गेलेलं बरं... असा विचार करून त्याने सरळ नदीत उडी टाकली आणि पोहत पोहत आपल्या गावी परतला.

■

कनवाळू सावत्र आई

कात्यायनी ही एक तरुण विधवा स्त्री होती. तिने आपल्या नवऱ्याच्या मृत्यूसमयी त्याला वचन दिलं होतं, "तुम्ही आपल्या बद्रीची मुळीच चिंता करू नका. मी माझ्या स्वत:च्या मुलापेक्षाही जास्त प्रेमानं त्याचा सांभाळ करीन."

कात्यायनी खरं तर बद्रीची सावत्र आई होती, पण तिचं त्याच्यावर निरतिशय प्रेम होतं. बद्रीच्या मनात मात्र तिच्याविषयी द्वेषाची भावना होती. अखेर ती आपली सावत्र आई आहे, ही गोष्ट त्यानं मनात धरून ठेवली असल्यानं तो तिच्याशी खूप वाईट वागत असे. ती त्याच्याशी काहीही बोलली, तरी तो तिच्या बोलण्यातून भलते सलते अर्थ काढून उगीच गैरसमज करून घेई. तो काहीही उद्योगधंदा करत नसे. त्याला अनेक वाईट सवयी होत्या. घरात असतील नसतील तेवढे पैसे तो आपल्या वाईट सवयींवर, व्यसनांवर खर्च करत असे. त्याचं ते वागणं पाहून कात्यायनी मनातून दु:खी होई, पण त्याला कसं सुधारायचं हे मात्र तिला कळत नसे.

कात्यायनी रोज एका सापाला वाडगाभर दूध पाजत असे. तिला पोटचं मूल नव्हतं, त्यामुळे ती त्या सापाला आपला मुलगाच मानत असे. तो साप रोज रात्री ठरावीक वेळी तिच्याकडे दूध पिण्यासाठी यायचा आणि दूध पिऊन झालं की, निघून जायचा.

पण एक दिवस अशी परिस्थिती ओढवली की कात्यायनीच्या घरातले सगळे पैसे संपून गेले. घरात थेंबभरही दूध शिल्लक नव्हतं. साप नेहमीसारखं दूध पिण्यासाठी आला, तर कात्यायनी घराच्या अंगणात रडत बसली होती. ती त्याला म्हणाली, "बाळा, आज तुला द्यायला माझ्याकडे दूधच नाही."

त्यावर तो साप मानवी आवाजात तिच्याशी बोलू लागला. तो म्हणाला, "रडू नको गं!" ते ऐकून कात्यायनी आश्चर्यचकित झाली. साप म्हणाला, "काळजी नको करू. उद्यापासून रोज मी इकडे दूध प्यायला आलो की तू माझ्या शेपटीचा बोटभर तुकडा कापून घे. तू तो कापताच त्याचं सोन्यात रूपांतर होईल. ते सोनं तू विकलंस की तुझी पैशांची चिंता मिटेल."

त्यावर कात्यायनी म्हणाली, "हे काही योग्य नाही. मी तुझ्या शरीराला इजा

करू शकणारच नाही.''

त्यावर साप म्हणाला, ''आज इतकी वर्षं तू स्वत:च्या पोटच्या मुलावर करावं इतकं प्रेम माझ्यावर केलंस. माझा सांभाळ केलास. खरं तर सापाला आपल्या घरात कुणीच घेत नाही, पण तू मात्र मोठ्या मनानं मला दूध पाजत आलीस. मी तुझ्या मुलासारखाच आहे. तुझ्या संकटात मदतीला धावून येणं कर्तव्यच आहे माझं. तू माझी बोटभर शेपटी रोज कापलीस तरी मला त्यानं काहीही इजा होणार नाही. ती लगेच वाढेल.''

नाइलाजानं कात्यायनी या गोष्टीला तयार झाली.

दुसऱ्या दिवशी ठरल्याप्रमाणे सापाचं दूध पिऊन झाल्यावर कात्यायनीनं त्याची बोटभर शेपटी कापली. ती लगेच सोन्याची झाली. ती विकून कात्यायनीला पुरेसे पैसे मिळाले. तिचं घर व्यवस्थित चालू लागलं. ती अजूनही रोज त्या सापाला दूध पाजत असे.

घरी पैसा खेळू लागल्यावर बद्रीचे बाहेरचे उद्योग वाढीस लागले. तो आणखी जास्त पैसे खर्च करू लागला आणि कात्यायनीला अधिकाधिक त्रासही देऊ लागला.

घरातील पैसे संपुष्टात आले की कात्यायनीचे डोळे परत पाण्याने भरून

येत. मग तो साप तिला परत आपली शेपटी कापण्याचा सल्ला देई व तिची आर्थिक अडचण दूर होई. परंतु खरोखरच सापाचा आकार कमी न होता, पूर्वीएवढाच राहिला होता.

कात्यायनीकडे पैसे नक्की कुठून येतात याचा शोध लावण्यासाठी बद्रीनं तिच्यावर रात्रंदिवस पाळत ठेवण्यास सुरुवात केली. आधी बरेच दिवस त्याला काहीच उलगडा झाला नाही, पण एका रात्री त्यानं कात्यायनीचा पाठलाग केला. ती घराच्या अंगणात सापाला दूध पाजत होती. त्यानंतर तिनं त्याची बोटभर शेपटी कापली व ती सोन्याची झाली. हे सर्व त्यानं चोरून पाहिलं. कात्यायनीनं नंतर त्या सापाला जवळ घेतलं व त्याच्या अंगावरून हात फिरवत ती रडू लागली.

बद्रीच्या डोक्यात एक कल्पना चमकली. दुसऱ्या दिवशी सायंकाळीच त्यानं कात्यायनीला तिच्या खोलीत कोंडून ठेवलं व स्वत: तिची साडी नेसून डोक्यावरून पदर घेऊन सापाची वाट बघत बसून राहिला. त्यानं हातात सुरी घट्ट पकडून ठेवली होती. सापासाठी नेहमीच्या जागी दुधाचा वाडगाही भरून ठेवला होता. ठरलेल्या वेळी साप येऊन शांतपणे दूध पिऊ लागला. बद्री मागील बाजूने गेला आणि त्यानं चलाखीने सापाची तीन बोटं शेपटी कापली. अचानक सापाच्या शरीरातून रक्त वाहू लागले. सापानं मागं पाहिलं, तर कात्यायनीच्या ऐवजी हातात सुरी घेतलेला बद्री त्याला दिसला. साप अतिशय संतापला. त्याने बद्रीला दंश केला आणि म्हणाला, “तू अधाशी माणूस आहेस. तू आयुष्यात कधीही कोणाची पर्वा केली नाहीस. तुझ्या आईने मात्र माझ्याकडे मदतसुद्धा मागितली

नाही, इतक्या संकोची स्वभावाची आहे ती. मी तिच्यासाठी एकावेळी एक बोटभर सोनं तयार करत होतो. पण आता तू माझं शरीरच कापून टाकलंस. आता तुला काहीच मिळणार नाही. मीही नाही आणि सोनंही नाही!''

■

बालहट्ट

ऐरावत नगरीच्या राजाचं नाव होतं प्रतापवर्मा. त्याला बरीच वर्षं मूलबाळ नव्हतं. अखेर उतारवयात त्याला एक मुलगा झाला. त्याचं नाव उदय. राजपुत्र उदय हा संपूर्ण परिवाराचा लाडका होता. घरात त्याचे सर्व प्रकारचे हट्ट पुरवण्यात येत. तो जे काही मागेल ते त्याच्यासमोर हजर करण्यात येत असे. मग त्या गोष्टीसाठी कितीही खर्च वा कष्ट पडोत. या अशा लाडांमुळे तो पूर्णपणे वाया गेला होता. तो आपली खेळणी किंवा खाऊ यामधील वाटा इतर कोणालाही देण्यास तयार होत नसे. राजपुत्रासाठी नवी नवी खेळणी बनवण्याच्या कामी राज्यातील सर्व सुतार आणि कुशल कारागीर रात्रंदिवस जुंपलेले असत. संपूर्ण राज्याला आपल्या तालावर नाचवताना राजपुत्राला काहीच वाटत नसे, कारण त्याच्या आईवडिलांनी त्याच्या वागण्यातील चूक त्याला कधीच दाखवून दिली नव्हती. त्याचा हट्टीपणा दिवसेंदिवस वाढत चालला होता.

तो सहा वर्षांचा असतानाची गोष्ट. शेजारच्या राज्याचा राजपुत्र त्याच्याकडे खेळायला आला होता. खेळता खेळता त्याने सहज प्रश्न केला, "अरे, तुझ्याकडे इतकी सारी खेळणी आहेत, मग चंद्र कसा काय नाही?"

अशा रीतीने आपल्याला खेळण्यासाठी चंद्र हवा अशी कल्पना राजपुत्र उदयच्या डोक्यात शिरली. आपल्या आई वडिलांपाशी जाऊन त्याने हट्टच धरला, "मला आत्ताच्या आत्ता चंद्र हवा."

प्रतापवर्मा राजाला काय करावं तेच कळेना. आपल्या मुलाला चंद्र कसा काय आणून द्यायचा तेच त्याला समजेना. त्याने आपल्या दरबारातील अत्यंत विद्वान अशा मंत्र्यांना व सल्लागारांना पाचारण केलं. आपली समस्या त्यांच्यासमोर मांडली.

प्रत्येकानं वेगवेगळी विधानं केली.

"महाराज, हा चंद्राचा विचार सोडून द्या. ते कधी शक्य तरी होणार आहे का?"

"महाराज, राजपुत्र अजून लहान आहे. आणखी थोडे दिवस गेले की जाईल आपोआप विसरून."

"महाराज, रात्रीच्या वेळी आरशात चंद्राचं प्रतिबिंब पाडून दाखवा त्याला."

प्रतापवर्मा राजाने वरील सर्व सूचना अंमलात आणून पाहिल्या, पण त्याचा काहीही उपयोग झाला नाही. राजपुत्र उदयनं खाणंपिणं थांबवलं. राजाराणी चिंतेत पडले. आपल्या मुलाच्या जिवाचं काही बरं वाईट तर नाही होणार, अशी चिंता त्यांना लागून राहिली. राजा संतापला. त्याने आपल्या प्रधानाला बोलावून घेतलं व म्हणाला, "जर लवकरात लवकर राजपुत्राला चंद्र आणून देण्यासाठी तुम्ही काही हालचाल केली नाहीत, तर मी तुम्हाला राज्याबाहेर हाकलून देईन."

ही गोष्ट प्रत्यक्षात कधीच शक्य नाही याची प्रधानाला पूर्ण कल्पना होती, परंतु आपला राजा किती हट्टी, दुराग्रही आहे, हे त्याला चांगलंच ठाऊक होतं. त्यामुळे त्यानं रात्रभर विचार करून एक तोडगा काढला. दुसऱ्या दिवशी तो राजाकडं जाऊन म्हणाला, "महाराज, एक उपाय आहे, पण त्यासाठी दहा वर्षांचा कालावधी लागेल. आपण आपल्या राज्यापासून चंद्रापर्यंत पोहोचण्यासाठी एक उंचच्या उंच लाकडी जिना बांधण्यास सुरुवात करू."

हा उपाय ऐकून राजापण खूष झाला. तो म्हणाला, "उत्तम. आपण आपल्या सर्व जनतेला या कामाला लावू. प्रकल्पासाठी होणाऱ्या खर्चाची व्यवस्था करण्यासाठी जनतेवर जादा कर बसवू, पण आपण चंद्रापर्यंत पोहोचवणारा जिना बांधून

तयार करू.''

पंतप्रधानाला राजाच्या या अन्यायपूर्ण वागण्याचा मनातून खूप राग आला, पण नाइलाजापोटी तो गप्प बसला. राज्यातील सगळी जनता जिना बांधण्याच्या कामी झटू लागली.

अशीच वर्षं जात होती. आता राजपुत्र सोळा वर्षांचा झाला होता. तो खूप देखणा दिसू लागला होता. पण त्याच्या मनातला चंद्राच्या प्राप्तीचा हव्यास मात्र कमी होत नव्हता. रात्रंदिवस फक्त तो त्या जिन्यावरून चढून चंद्राकडे जाण्याचाच विचार करत बसे.

अखेर दहा वर्षांचा कालावधीही पूर्ण झाला. राजपुत्र आणि राजा या दिवसाची वाटच बघत होते. राजा आपल्या दरबारातील सर्वांना म्हणाला, ''आमच्यासोबत तुम्ही सर्वजणही चंद्रावर चला.''

पण कोणीच तयार झाले नाही. त्या लाकडी जिन्याला एवढं वजन सहन होणार नाही अशी सबब प्रत्येकाने सांगितली.

मुलगा आणि वडील पायऱ्या चढत सर्वांत शेवटच्या पायरीपर्यंत पोहोचले. तेथे कडाक्याची थंडी होती. वरची पायरी त्यांच्या वजनानं थरथरू लागली व अखेर ती कोसळून पडली. राजा आणि राजपुत्र एवढ्या उंचीवरून खाली पडले व त्या दोघांचा मृत्यू झाला.

राज्यातील जनतेने व मंत्रीमंडळाने अखेर सुटकेचा नि:श्वास सोडला.

■

राजाचे कान

सुवर्णपुरा नगरीच्या राजाचं नाव होतं जगपतीदेव. त्याचे कान गाढवाच्या कानांसारखे लांब होते. ते झाकण्यासाठी तो नेहमी डोक्याला फेटा बांधत असे. फक्त राजाची हजामत करण्यासाठी येणाऱ्या न्हाव्याला तेवढं राजाचं हे गुपित माहीत होतं. बाकी कोणालाही या गोष्टीची सुतराम कल्पना नव्हती. सर्व काही सुरळीत चालू होतं.

पण एक दिवस राजाचा न्हावी वारला. आता काय करायचं? राजापुढे मोठाच प्रश्न पडला. अखेर त्यानं एका नव्या न्हाव्याची नेमणूक केली. हा नवा न्हावी राजाची हजामत करण्यासाठी राजमहालात हजर झाला. हजामतीला सुरुवात करण्यापूर्वी राजा त्याला म्हणाला, "मी इथं तुझ्यासमोर हा फेटा उतरवल्यानंतर माझ्या कानांसंबधीचं जे रहस्य तुला समजेल, ते जर तू कुणाला सांगशील, तर

प्राणाला मुकशील एवढं लक्षात ठेव.'' न्हाव्याने घाबरून जाऊन तात्काळ ते कबूल केलं. दुसरा काही उपायच नव्हता.

राजाची हजामत करून झाल्यावर न्हावी आपल्या घरी गेला. राजाबद्दलची ही इतकी मुलखावेगळी चमत्कारिक गोष्ट आपल्याला समजली आहे. ही आता कोणालाही न सांगता पोटात ठेवायची तरी कशी? असं त्याच्या सारखं मनात येऊ लागलं. तो सुरवातीचे काही दिवस गप्प राहिला, पण त्यामुळे त्याची रात्रीची झोप उडाली. कुठेतरी जावं, कुणाच्यातरी कानावर हे रहस्य घालावं. अशी मनातून त्याला तीव्र उर्मी आली, पण आपण तसं केल्यास आपले प्राण जाऊ शकतात, या गोष्टीची आठवण झाल्यावर तो गप्प राहिला.

अखेर आपल्या जिवाला जरा शांती मिळावी म्हणून तो रानात गेला. तिथे त्याने एक खोल खड्डा खणला व त्या खड्ड्यापाशी आपलं तोंड नेऊन म्हणाला ''राजाचे कान जसे गाढवाचे कान, म्हणूनच राजा फेटा बांधतो छान छान!'' ''राजाचे कान जसे गाढवाचे कान, म्हणूनच राजा फेटा बांधतो छान छान!'' या ओळी त्यानं त्या खड्ड्यापाशी तोंड नेऊन अनेकदा म्हटल्या. अखेर त्याच्या मनावरचं ओझं हलकं झालं. त्यानंतर तो खड्डा बुजवून त्यानं त्याच्यावर एक झाड लावलं व सुटकेचा नि:श्वास टाकून तो घरी गेला.

काही दिवसांतच ते झाड जोमानं वाढलं.

एक दिवस राजदरबारी काम करणारा सुतार त्या वाटेनं चालला असता त्याला ते डेरेदार झाड दिसलं. 'आपल्या राजदरबाराच्या ढोलांसाठी ह्या झाडाचं लाकूड फारच छान आहे!' असं मनात म्हणून त्यानं एक कुऱ्हाड घेतली व त्या झाडाच्या लाकडापासून एक सुरेख ढोल तयार केला.

सुतार जेव्हा झाड तोडत होता त्यावेळी झाडाची बरीच पानं जमिनीवर इतस्तत: पसरली. त्याच वेळी तिकडून एक मेंढपाळ चालला होता. जमिनीवरची ती हिरवी कोवळी पालवी पाहून त्याला वाटलं, 'हा एवढा हिरवागार पाला इथे जमिनीवर पडून नुसता वाया चालला आहे. आपण हा गोळा करून घरी न्यावा!' मग त्यानं तीन पोत्यांमध्ये तो सगळा पाला भरला आणि तो घरी निघाला.

वाटेत त्याला एक गुराखी भेटला. तो म्हणाला, ''अरे बाबा, तुझ्याकडे एवढ्या तीन मोठाल्या थैल्या भरून पाला आहे ना? मग त्यातली एक थैली मला दे की!''

मेंढपाळ कनवाळू होता. त्याने गुराख्याच्या गाईंसाठी त्यातली एक थैली दिली.

तो घरी जात असताना एका हत्तीवर बसून एक माहूत चालला होता. त्या

माहुतानंसुद्धा आपल्या हत्तीसाठी त्या मेंढपाळाकडून पाल्यानं भरलेली एक थैली मागून घेतली.

दुसऱ्या दिवशी राजाने आपल्या शिपायांना बोलावून गावात दवंडी पिटण्यास सांगितलं, 'ऐका हो ऐका... महाराजांना एका सुंदर मुलीशी लग्न करायचं आहे. तरी अशा एखाद्या सुंदर उपवर मुलीची माहिती जो कोणी महाराजांना देईल, त्याला बक्षिसी मिळेल!' शिपायांनी संपूर्ण नगरात तशी दवंडी पिटण्यास सुरुवात केली, पण गंमत अशी की शिपाई जेव्हा ढोल वाजवू लागले तेव्हा ढोलातून नेहमीचा आवाज येईना. त्याऐवजी लोकांना ऐकू येऊ लागलं, "राजाचे कान जसे गाढवाचे कान, म्हणूनच राजा फेटा बांधतो छान छान!"

ढोलातून बाहेर पडणारे ते शब्द ऐकून लोकांना नवल वाटलं. त्याच वेळी मेंढ्या, गाई आणि हत्तीने पण त्या ढोलाच्या आवाजात आवाज मिसळून गायला सुरुवात केली, "राजाचे कान जसे गाढवाचे कान, म्हणूनच राजा फेटा बांधतो छान छान!" असं गाणं गाता गाता ते प्राणी आपलं नेहमीचं ओरडणं विसरून गेले.

अशी रीतीने न्हाव्यानं जरी राजाचं गुपित कोणाला सांगितलं नसलं, तरी ते गुपित नगरातील प्रत्येकाला समजल्यावाचून राहिलं नाही.

■

केळीच्या झाडातली राजकन्या

श्रीरंगपुरा नगरीवर वसुसेन नामक राजा राज्य करीत होता. त्या राजाला तीन मुलगे होते. त्यांच्यातल्या सर्वांत धाकट्या राजपुत्राचं नाव होतं अविनाश. अविनाश दिसायला देखणा होता. बघता बघता तीनही राजपुत्र लग्नाच्या वयाचे झाले. राजानं तिघांना बोलावून एकच प्रश्न विचारला, "तुम्हाला कशा प्रकारची पत्नी हवी?"

त्यावर पहिल्या दोघांनीही एकच उत्तर दिलं, "पिताजी आपण जी मुलगी वधू म्हणून पसंत कराल, तिच्याशी मी लग्नास तयार आहे." परंतु अविनाश म्हणाला, "पिताजी, पत्नीची निवड मी स्वत:च करेन."

मग वसुसेनने आपल्या मोठ्या मुलाचं लग्न प्रधानाच्या मुलीशी, तर मधल्या मुलाचं लग्न सेनापतीच्या मुलीशी लावून दिलं. राजपुत्र अविनाशचं मात्र लग्न होऊ शकलं नाही, कारण त्याला स्वत:च्या मनासारखी मुलगी काही सापडत नव्हती.

काही दिवसांनी सर्वजण त्याची चेष्टा करू लागले. "तू लग्न करणार तरी कधी? आणि कुणाशी?" असं जो तो त्याला विचारू लागला.

अखेर अविनाश म्हणाला, "ठीक आहे. मी माझा धनुष्यबाण घेईन आणि एक बाण सोडीन. तो बाण ज्या घराला लागेल त्या घरी जाऊन मी तिथे राहणाऱ्या मुलीचा हात मागेन."

त्यानंतर अविनाशने खरोखर तसं केलं, पण काही वेगळंच घडलं. अविनाशचा बाण कोणत्याही घराला न लागता राजाच्या उद्यानातील एका केळीच्या झाडाला लागला. आता तर सर्वजण त्याची फारच चेष्टा करू लागले, पण तो जराही विचलित न होता म्हणाला, "ठीक आहे. मी आता या केळीच्या झाडात राहणाऱ्या मुलीशी विवाह करीन." त्यानंतर त्याने केळीच्या झाडातील मुलीशी आपला वाङ्‌निश्चय झाल्याचं जाहीर करून टाकलं.

राजा वसुसेनच्या उद्यानात विविध प्रकारची वैशिष्ट्यपूर्ण झाडं होती. त्या उद्यानात एक आंब्याचं झाड होतं. त्याला अतिशय चविष्ट व मोठ्या आकाराचे आंबे लागत. एक दिवस राजपुत्र अविनाश रोजच्यासारखा त्या उद्यानातून फेरफटका

मारत होता. आंब्याच्या झाडावर लटकत असलेल्या आंब्यांची संख्या जरा कमी झाली आहे, असं त्याला वाटलं. त्यानंतर रोज तो अगदी बारकाईनं टेहळणी करू लागला. आश्चर्याची गोष्ट अशी, केवळ आंबेच नव्हे तर इतर झाडांवर उगवलेली फळंही कोणीतरी नकळत कोणीतरी लंपास करत होतं; पण ते कृत्य कोणाचं असावं, हे काही समजत नव्हतं. मग त्यानं पहारेकऱ्यांना बोलावलं आणि त्यांना उद्यानात चोवीस तास पहारा देण्यास सांगितलं.

पहारेकरी डोळ्यात तेल घालून पहारा देऊ लागले. तरीही फळं नाहीशी होतच होती. मग अविनाशनं एक दिवस स्वतःच पहारा द्यायचं ठरवलं. तो डोळ्याला डोळा न लागू देता रात्रीच्या वेळी उद्यानात बसून राहिला. पण मध्यरात्रीच्या वेळी काहीतरी वेगळंच घडलं. कुठूनशी मंद वाऱ्याची झुळूक आली. त्यासोबत जो दिव्य गंध आला तो अविनाशच्या नाकात शिरला व हळूहळू नकळत तो झोपी गेला. त्याला जाग आली तेव्हा दिवस उजाडला होता व रोजच्यासारखे आंबे व इतर फळं गायब झाली होती. कोणीतरी अदृश्य रूपात येऊन ही चोरी करत असल्याचं अविनाशच्या लक्षात आलं.

कसंही करून या प्रकरणाच्या मुळाशी जायचंच, असं ठरवून तो त्या रात्री परत उद्यानात पहाऱ्याला आला. त्यानं आपल्याबरोबर तांदुळाचं पीठ आणलं होतं. आपण बागेतील झाडांसाठी खास वेगळ्या प्रकारचं खत आणलं आहे असं मोठ्यांदा सर्वांना सांगत त्याने ते पीठ उद्यानात सर्वत्र व्यवस्थित पसरून ठेवलं व तो घरी गेला.

दुसऱ्या दिवशी सकाळी तो उद्यानात आला. पाहतो तर काय– आंब्याच्या झाडाचे आंबे चोरीला गेले होते आणि आंब्याच्या झाडापासून केळीच्या झाडापर्यंत कुण्या तरुणीच्या नाजूक पावलांच्या खुणा उमटल्या होत्या. याचा अर्थ एकच होता. कोणीतरी नाजूक युवती त्या केळीच्या झाडाच्या आत राहत होती. कसंही करून त्या युवतीला झाडाबाहेर काढायचं, असा त्यानं निर्धार केला.

दुसऱ्या दिवशी सकाळी तो केळीच्या झाडापाशी जाऊन मोठ्यांदा म्हणाला, "उद्या माझा वाढदिवस आहे. माझ्या भावांच्या पत्नींनी माझ्यासाठी दोन सुंदर अंगरखे शिवले आहेत, पण तू जर माझ्यासाठी काहीच शिवलं नाहीस, तर लोक माझी चेष्टा करतील." त्यानंतर त्यानं एक रेशमी कापड झाडापाशी ठेवलं आणि तो निघून गेला.

दुसऱ्या दिवशी सकाळी येऊन पाहतो तर काय केळीच्या झाडापाशी एक अत्यंत सुंदर अंगरखा ठेवलेला होता. केळीच्या झाडात कोणीतरी युवती राहत आहे, याची तर आता त्याला खात्रीच पटली.

दुसऱ्या दिवशी त्यानं केळीच्या झाडापाशी वाडगाभर तांदूळ ठेवले आणि

म्हणाला, “उद्या आमच्या घरी सण आहे. माझ्या भावांच्या पत्नी मिष्टान्न बनवणार आहेत, त्यामुळे तूसुद्धा माझ्यासाठी खीर बनव. तू जर नाही बनवलीस, तर लोक माझी चेष्टा करतील.”

त्या रात्री तो मुद्दाम त्या केळीच्या झाडापाशीच थांबला. मध्यरात्री परत एकदा तशीच वाऱ्याची झुळूक तोच मंत्रमुग्ध करणारा सुगंध घेऊन आली, पण यावेळी मात्र अविनाशने श्वास न घेण्याची सावधगिरी बाळगली. त्या सुगंधानेच आपल्याला झोप लागते, ही गोष्ट त्याला कळून चुकली होती. थोड्या वेळाने अलगद पावलांनी एक विलक्षण सुंदर तरुणी त्या केळीच्या झाडातून बाहेर आली आणि तिने खीर बनवण्यास सुरुवात केली. तिच्या नकळत अविनाश झाडामागून पुढे आला आणि म्हणाला, “तूच माझी पत्नी आहेस, पण तू या केळीच्या झाडात का लपून बसली होतीस?”

त्यावर ती सुंदर तरुणी स्मितहास्य करून म्हणाली, “मी खरं तर राजा

उमेशचंद्राची मुलगी आहे. मी केवळ स्वत:ची करमणूक करून घेण्यासाठी आमच्या उद्यानातील झाडाझुडपांची नासधूस करण्याचा खेळ खेळत असे. एक दिवस उद्यानाच्या देवीने मला शाप देऊन केळीच्या झाडात बंदिवान केलं. झाडांची जर कुणी नासधूस करू लागलं, तर झाडाला कसं वाटतं, हे मला समजावं, अशी तिची इच्छा होती. मी रात्रीच्या वेळी बाहेर येऊ शकते, पण दिवस उजाडण्यापूर्वी मला परत आत जावं लागतं. देवीचा शाप ऐकल्यावर मला माझ्या कृत्याचा पश्चात्ताप झाला व मी तिच्या पायावर डोकं टेकून क्षमा मागितली. त्यानंतर तिला माझी दया आली व तिने मला उ:शाप दिला– ''तू कोण आहेस हे माहीत नसतानासुद्धा जर कोणी तुझ्याशी विवाह करण्यास तयार झालं, तरच तुझी मुक्तता होईल.'' त्यामुळे राजपुत्रा, आज मी मुक्त झाले आहे.''

राजपुत्राला हे ऐकून खूप आनंद झाला. लवकरच त्यांचा विवाह झाला आणि दोघं सुखानं राहू लागलं.

■

तांदळाचे तीन दाणे

चेन्नपुरा नगरीत भैरव नावाचा भिकारी राहत असे. भीक मागून जगणं आता दिवसेंदिवस कठीण होत चाललं होतं.

एक दिवस त्याला एक म्हातारा भेटला. तो बरेच दिवसांचा भुकेला होता. भैरवला त्याची दया आली. भीक मागून झोळीत जे काही अन्न जमलेलं होतं, ते त्यानं त्या म्हाताऱ्याबरोबर वाटून खाल्लं. भैरवच्या चांगुलपणावर तो म्हातारा खूश झाला. निघण्याआधी त्यानं आपली झोळी झटकताच त्यातून तांदळाचे तीन दाणे बाहेर पडले.

म्हातारा भैरवच्या हातात ते ठेवून म्हणाला, "हे तांदळाचे तीन दाणे नीट जपून ठेव. जोपर्यंत हे दाणे तुझ्यापाशी आहेत, तोपर्यंत लोक तुझ्याशी चांगलं वागतील, तुला आपण होऊन बोलावून घेतील व जेवू घालतील." त्यानंतर भैरवला आशीर्वाद देऊन तो निघून गेला.

दुसऱ्या दिवशी सकाळी उठून भैरव शेजारच्या गावात गेला. अचानक रस्त्यावरच्या एका अनोळखी स्त्रीने त्याला हाका मारून आपल्या घरी जेवायला बोलावलं व जेवायला वाढलं. जेवण झाल्यावर भैरव तिथंच ओसरीत झोपला. झोपेतून उठल्यावर बघतो तर काय– अंगणातली कोंबडी भैरवच्या झोळीतला एक जादूचा तांदळाचा दाणा खात होती. भैरव घाबरला. त्यानं घाईनं आपली झोळी उचलून उरलेले दोन दाणे शाबूत आहेत की नाही, हे पाहिलं. त्यानंतर तो रागारागानं त्या कनवाळू स्त्रीपाशी जाऊन ओरडून म्हणाला, "तुमच्या कोंबडीनं माझ्याजवळचा जादूचा तांदळाचा दाणा खाल्ला आहे. मला तो परत हवा आहे."

ती स्त्री अचंबित झाली. तिला काय बोलावं, तेच कळेना. ती म्हणाली, "माफ करा. रागावू नका. तुम्ही असं करा, त्याबदली ही कोंबडीच घेऊन जा."

भैरवने ती कोंबडी घेतली आणि बाजारात जाऊन विकली. तो खूश झाला. त्या पैशांमधून काही दिवस त्याचा उदरनिर्वाह झाला.

त्यानंतर भैरव दुसऱ्या एका गावात गेला. त्या गावात एक मोठी हवेली होती. त्या दिवशी त्या हवेलीच्या मालकाच्या घरी मेजवानी होती. त्याने भैरवला

पण त्या मेजवानीचं आमंत्रण दिलं. भैरव पोटभर जेवून जायला निघाला. इतक्यात त्याचं लक्ष गेलं, हवेलीच्या मालकाच्या कुत्र्यानं भैरवच्या झोळीत तोंड घातलं होतं. भैरवने तातडीने झोळी काढून घेतली, पण त्यातून आणखी एक तांदळाचा दाणा नाहीसा झाला होता. भैरवला मनातून भीती वाटली. तरीपण मनाचा हिय्या करून तो हवेलीच्या मालकाकडे गेला आणि म्हणाला, "माझ्याकडे एक खास मंतरलेला तांदळाचा दाणा होता. तो तुमच्या कुत्र्यानं खाऊन टाकला. मला तो दाणा परत पाहिजे."

ते ऐकताच त्या मालकाला काय बोलावं ते सुचेना. तो म्हणाला, "माफ करा. माझ्या कुत्र्यामुळे तुमचं नुकसान झालं. तुम्ही असं करा– हा कुत्राच तुम्हाला बक्षीस घ्या."

परत एकदा भैरवनं बाजारात जाऊन तो कुत्रा विकला व त्याला थोडे पैसे मिळाले.

त्यानंतर तो एका वेगळ्या नगरात गेला. तिथे एक नदी होती. भैरव त्या नदीकाठी जाऊन बसला. इतक्यात त्या नगराची राजकन्या नदीवर जलक्रीडेसाठी आली. तिच्याबरोबर मोठा लवाजमा होता. दास-दासी होते. स्वयंपाकी विविध

प्रकारचे खाद्यपदार्थ बनवू लागले. नदीकाठी राणी एकटीच बसली होती. भैरवला पाहून ती म्हणाली, "आमच्यापाशी एवढे खाद्यपदार्थ आहेत. तुम्हीपण आमच्याबरोबर जेवा."

भैरव पोटभर जेवला. त्यानंतर त्याचं राजकन्येकडं लक्ष गेलं. ती अद्वितीय लावण्यवती होती. ती आपल्या सख्यांबरोबर खेळत होती. खेळता खेळता त्यांचा चेंडू उडाला आणि भैरवच्या झोळीवर पडला. त्या धक्क्याने झोळी नदीत पडली आणि भैरवकडचा तिसरा दाणा वाहून गेला.

भैरव आक्रोश करू लागला, "अरे देवा! माझ्याजवळचा मंतरलेला तांदळाचा दाणा वाहून गेला. आता मी काय करू? कुठे जाऊ?"

त्याचा तो आक्रोश ऐकून राणी अस्वस्थ झाली तिने आपल्या बटव्यातून दहा सुवर्णमुद्रा काढून भैरवला देऊ केल्या, पण आधीच्या दोन अनुभवांवरून भैरवच्या मनात लालसा उत्पन्न झाली. त्याने विचार केला, पैसे घेण्यापेक्षा आपण सरळ राजकन्येशी लग्नच करावं. त्यामुळे तो त्या सुवर्णमुद्रा घेण्यास मुळीच राजी होईना. मग राणीने त्याला शंभर सुवर्णमुद्रा देऊ केल्या, तरी भैरवने त्या घेण्यास नकार दिला. त्यानंतर राणीनं ती रक्कम पाचशेपर्यंत वाढवत नेली. तरी आपला भैरवचा नकारच.

शेवटी राणी रागावून म्हणाली, "मग तुम्हाला हवं आहे तरी काय?"

त्यावर भैरव खुशाल म्हणाला, "मला राजकन्येशी विवाह करायचा आहे."

त्यावर राणीनं भैरवशी काहीही न बोलता आपल्या शिपायांना हाक मारली. शिपायांनी राणीच्या आज्ञेवरून भैरवच्या मुसक्या बांधल्या व त्याला वेशीबाहेर फेकून दिलं.

भैरवचे तांदळाचे दाणे तर गेलेच, पण त्याच्या मनात उत्पन्न झालेल्या लालसेपायी त्याला मिळणाऱ्या सुवर्णमुद्रापण हातच्या गेल्या.

■

शक्य तेवढं साठवा

सीताकर आणि बंगारम्मा हे एक मध्यमवर्गीय जोडपं होतं. ते सुखानं, आनंदानं राहत असत. सीताकर नोकरी करी, तर बंगारम्मा गृहिणी होती. रोज सायंकाळी सीताकर कामावरून परतला, की दोघं भजनं गात, विश्रांती घेत, वाचन करीत. त्यांचं आयुष्य सुरळीत चालू होतं. त्यांच्या घरी नेहमी पाहुण्यांची वर्दळ असे. नातेवाईक, मित्रमंडळी नेहमी त्यांच्या भेटीला येत. घर माणसांनी, आनंदानं आणि उत्साहानं भरलेलं असे. बंगारम्माला अनेकदा वाटायचं, आपण भविष्यकाळासाठी थोडे पैसे साठवायला हवेत. आपल्या मनातील हा विचार तिने आपल्या पतीजवळ अनेकदा बोलूनसुद्धा दाखवला होता, पण सीताकरनं मात्र ही गोष्ट कधीही मनावर घेतली नाही.

एक दिवस सीताकर कामावरून घरी येत होता. वाटेत त्याला एक पैशाचा बटवा आढळला. रस्त्यावर कोणीच नव्हतं. त्याने तो बटवा उघडून पाहिला. आत नऊ सुवर्णमुद्रा होत्या. एवढी मोठी रक्कम त्याने आजवरच्या आयुष्यात कधीच पाहिली नव्हती. त्या बटव्याचा मालक आपला बटवा शोधत येईल म्हणून सीताकर बराच वेळ त्या जागी वाट पाहत थांबला. पण कोणीच आलं नाही. अखेर तो ते पैसे घेऊन घरी आला.

त्याने घरी आल्यावर आपल्या पत्नीला ते पैसे दाखवले ते आपल्याकडे कसे आले, हेही त्यानं तिला समजावून सांगितलं. बंगारम्मा म्हणाली, ‘‘बरं झालं. आपण थोडे तरी पैसे साठवायला हवेत, असं मला वाटायचं. पण तुम्ही कधीच माझं ऐकलं नाहीत. आता प्रत्यक्ष देवानंच आपल्याकडे हे पैसे पाठवले आहेत. आता तरी आपण हे खर्च न करता शिल्लक टाकू या.’’

सीताकरला मात्र एका गोष्टीचं मनातून जरा वाईट वाटत होतं. तो म्हणाला, ‘‘ह्या नऊच सुवर्णमुद्रा आहेत. जर त्याऐवजी दहा असत्या तर किती बरं झालं असतं! दहा हा आकडा शुभ असतो. मला ह्या नऊ मोहरा मिळाल्या, त्याही मोफत. मग त्याऐवजी दहा मिळाल्या असत्या तर काही बिघडलं असतं का? मी दहापैकी पाच माझ्यासाठी आणि पाच तुझ्यासाठी म्हातारपणाची सोय म्हणून त्या ठेवल्या असत्या.’’

त्यावर त्याची समजूत घालत बंगारम्मा म्हणाली, ''चिंता करू नका. तुम्हाला तर आनंद झाला पाहिजे. आपल्याला कधी इतके पैसे मिळतील असं स्वप्नात तरी वाटलं होतं का?''

पण तरीही सीताकरचा चेहरा मात्र असमाधानीच दिसत होता. तो म्हणाला, ''हे बघ, आपण असं करू. आपण दोघंही उद्यापासून खूप जास्त मेहनत करू. पैसे साठवू आणि त्यातून आणखी एक सुवर्णमुद्रा विकत घेऊ. म्हणजे दहाचा आकडा जमेल.''

बंगारम्मानं ते नाइलाजानं मान्य केलं.

दुसऱ्या दिवशी बंगारम्मानेपण एक नोकरी धरली. सीताकर आपल्या आहे त्याच नोकरीच्या ठिकाणी जादा काम करून जास्त पैसे मिळवण्याच्या मागे लागला. दोघांवर कामाचा इतका ताण पडू लागला की पूर्वीसारखं घरी परतल्यावर गप्पागोष्टी करायला, गाणी म्हणायला, मित्र परिवाराबरोबर बोलायला त्यांना वेळच मिळेना. सीताकरच्या मनात सतत एकच चिंता असे. आणखी पैसे कसे मिळवता येतील? घरातली पाहुण्यांची वर्दळ पूर्णपणे बंद झाली होती. प्रत्येक गोष्टीचा विचार फक्त पैशाच्या दृष्टीनेच होत होत. 'जेवणं घालण्यात पैसे कशाला खर्च करायचे?' 'दुसऱ्यासाठी वेळ कशाला घालवायचा? त्याऐवजी त्या वेळात काम करावं.'

असे कितीतरी महिने लोटले. एक सुवर्णमुद्रा विकत घेऊनही त्यांच्याकडे काही पैसे उरले. बंगारम्माला आता फार आनंद झाला. ती आपल्या पतीला म्हणाली, "आता आपली सुवर्णमुद्राही खरेदी करून झाली. आता राहिलेल्या पैशांमधून आपण छोटी सहल काढूया."

पण सीताकर मात्र या गोष्टीला राजी झाला नाही. तो म्हणाला, "हे बघ. आपण आणखी थोडे पैसे साठवले, तर त्यातून आणखी एक सुवर्णमुद्रा खरेदी करता येईल. सोन्याला तर कधी गंज चढत नाही. उद्या आपल्याला मूल झालं की त्याच्यासाठी ती सुवर्णमुद्रा उपयोगी पडेल."

मग परत सीताकर आणि बंगारम्मा जोमाने कामाला लागले. आपल्या न जन्मलेल्या बाळासाठी पैसे साठवू लागले. काही महिन्यांनंतर त्यांचे पुरेसे पैसे साठले. त्यांनी आणखी एक सुवर्णमुद्रा खरेदी केली. बंगारम्मा म्हणाली, "बरं झालं. आता परत पहिल्यासारखं सुखासमाधानानं राहू आपण."

त्यावर सीताकर म्हणाला, "हे काही बरोबर नाही. आपण स्वत:साठी प्रत्येकी पाच सुवर्णमुद्रा ठेवल्या आहेत आणि आपल्या बाळासाठी फक्त एकच काय म्हणून? आपण आपल्या बाळासाठीसुद्धा पाच सुवर्णमुद्रा साठवायला हव्यात."

अशा रीतीने सीताकरचं समाधानच होईना. ते काम करत राहिले, पैसे साठवत राहिले. पण त्यांच्या आयुष्यातील आनंद हरपला, तो मात्र कायमचा!

■

धैर्यवान धीरेंद्र

वत्सलदेश नगरीचा राजा धीरसेन हा अत्यंत विद्वान होता. तो स्वत: तर ज्ञानसंपन्न होताच, पण त्याला विद्वान माणसांची कदर होती. आपण जर मोठमोठ्या विद्वानांना राजाश्रय दिला, तर त्यांची उदरनिर्वाहाची चिंता मिटेल व त्यांना ज्ञानाच्या व कलेच्या प्रसाराचं काम सहजगत्या करता येईल, असं त्याला वाटे. त्यामुळेच त्यानं आपल्या नगरातील काही विद्वान माणसं हेरून त्यांना अनुदान देण्यास सुरुवात केली.

चार्वाक हा असाच एक विद्वान माणूस होता. तो राजधानीच्या एका दूरच्या टोकाला राहत असे. त्याच्या विद्वत्तेचा पंचक्रोशीत बोलबाला होता. या चार्वाकलासुद्धा धीरसेन राजानं अनुदान दिलं होतं. त्या अनुदानातून चार्वाकनं एक मोठी पाठशाळा उभारली होती. त्यानं बरेच नोकर चाकर पदरी बाळगले होते व ज्ञानदानाचं काम तो प्रामाणिकपणे करत होता.

काही काळाने चार्वाकचं निधन झालं व त्याचा पट्टशिष्य शरभय्या यानं त्या शाळेचा प्रमुख म्हणून काम पाहण्यास सुरुवात केली. तो खरं तर अतिशय कुशाग्र बुद्धिचा होता. परंतु पाठाशाळेचा प्रमुख म्हणून त्याला सर्व सुखसोयी, सुविधा ऐषाराम मिळू लागला. मानसन्मान मिळू लागला. त्याच्या शरीराला त्याची सवय झाली. त्याचं मनही आळशी बनलं. तशात राजदरबारातून नियमितपणे अनुदानाची रक्कम येतच होती. त्यामुळे त्याचं आयुष्य सुखासीन बनलं होतं. ज्ञानार्जनाची, नवं काही शिकण्याची उमेद संपून गेली होती.

एक दिवस राजा धीरसेनच्या मनात आलं, आपल्या आश्रयानं राहणाऱ्या सर्व विद्वानांची आपण परीक्षा घेतली पाहिजे. मग त्याने आपल्या दूताकरवी राज्यातील प्रत्येक विद्वानाला खालील पत्र पाठवलं. त्या पत्रात तीन प्रश्न होते.

१. सागराची खोली किती?

२. आकाशात किती तारे आहेत?

३. या जगात चिरंतन असं काय असतं?

शरभय्याला जेव्हा राजाचं ते पत्र मिळालं तेव्हा तो चिंतित झाला. त्याला

त्यातील एकाही प्रश्नाचं उत्तर येत नव्हतं. आता आपल्याला राजासमोर या प्रश्नांची उत्तरं देता आली नाहीत, तर त्याचे किती वाईट परिणाम होतील, याची त्याला चांगलीच कल्पना होती. त्याची समाजात छी-थू झाली असती. त्याचं पाठशाळा प्रमुखाचं पद गेलं असतं. शिवाय ज्या ऐषारामी जीवनाची त्याला सवय झालेली होती, तोही संपला असता. त्याने आजूबाजूच्या असंख्य लोकांना त्या प्रश्नांची उत्तरं विचारली. पण कोणालाही ती उत्तरं देता आली नाहीत. चिंतेनं तो दिवसेंदिवस खंगत चालला.

त्याच्याकडे एक स्वयंपाकी होता. त्याचं नाव धीरेंद्र. तो पाककलेत तर निष्णात होताच, पण आपलं काम झटपट उरकून राहिलेल्या वेळात तो वाचन, चिंतन, मनन करून ज्ञानार्जन करत असे. त्याला कोणीच गुरू नव्हता. ग्रंथ हेच त्याचे गुरू होते. आपल्या धन्याची ही खंगलेली प्रकृती, त्याच्या चेहऱ्यावरचं विषण्णतेचं सावट पाहून धीरेंद्रनं त्याला त्यामागचं कारण विचारलं. शरभय्यानं त्याला सर्व काही सांगितलं.

त्यावर धीरेंद्र म्हणाला, ''धनी, तुम्ही काळजी करू नका. मी या प्रश्नांवर विचार करीन. रात्रभरात काही सुचतं आहे का ते पाहीन. मला तुम्ही तुमचा पाठशाळा प्रमुखांचा अंगरखा घालायला द्या. तो घालून मी उद्या राजदरबारी जाईन. काहीतरी खटपट करीन. परिस्थितीची हाताळणी करीन.''

दुसऱ्या दिवशी ठरल्याप्रमाणे शरभय्याचा अंगरखा घालून धीरेंद्र राजाकडे गेला व त्यानं स्वत:ची ओळख शरभय्या म्हणून करून दिली. त्याच्या अंगरख्यामुळे राजालाही काही संशय आला नाही. त्यानंतर त्यानं राजाच्या प्रश्नांची उत्तरं दिली.

१. एक दगड सागरात जेवढा बुडू शकेल, तेवढीच सागराची खोली असते.

२. आकाशात ११११२२२२ तारे आहेत. माझे हे बोलणे चूक असले तर ते तुम्ही सिद्ध करून दाखवा. मी त्याबद्दल पाहिजे ती शिक्षा भोगेन.

३. जीवनात एक सत्य तेवढं चिरस्थायी असतं. बाकी सर्वच क्षणभंगुर असतं. सत्य हे कालातील असतं. ते व्यक्तीनुसार बदलत नाही. त्यामुळे सत्यकथन करणाऱ्या व्यक्तीला ते खास लक्षात ठेवण्याची गरज पडत नाही. या जगात सदासर्वकाळ सत्यकथन करणं ही काही सोपी गोष्ट नाही. जी व्यक्ती सत्यकथन करत असेल, ती एका विशिष्ट दर्जाची असते, तर जी व्यक्ती ते सत्य ऐकत असेल ती व्यक्तीही विशिष्ट दर्जाची असावी लागते.

त्याची उत्तरं ऐकून राजाचं समाधान झालं. तो म्हणाला, ''गुरुदेव, तुमच्या ज्ञानाची खोली पाहून मला अत्यानंद झाला आहे. तुमच्या पाठशाळेचं अनुदान

वाढवून देण्याची माझी इच्छा आहे.''

राजाचे हे उद्गार ऐकल्यावर मात्र धीरेंद्रला गप्प बसणं शक्य झालं नाही. त्यानं अंगरखा उतरवला आणि अदबीनं म्हणाला, ''महाराज, जीवनात सत्याचं महत्त्व केवढं असतं, हे मघाशी मीच तुम्हाला पटवून दिलं. त्यामुळेच आता तुम्हाला सत्य सांगणं हे माझं आद्य कर्तव्य आहे. सत्य असं आहे, की मी गुरू शरभय्या नसून मी त्यांच्या घरी स्वयंपाकी म्हणून नोकरी करतो. माझं नाव धीरेंद्र. ज्ञानाअभावी माझ्या धन्याची स्थिती फार बिकट झाली होती. त्यामुळे त्यांना मदत करणं हे आपलं कर्तव्य आहे, असं मानून मी आज इथं आलो होतो; परंतु मी तुमची जी फसवणूक केली, त्याबद्दल तुम्ही मला जी काही शिक्षा कराल, ती मला मान्य आहे.''

हे ऐकल्यावर राजा आश्चर्यानं थक्क झाला. तो अत्यंत रागावला, पण क्षणभरच. त्यानंतर त्याला एक गोष्ट कळून चुकली. पाठशाळाप्रमुख गुरू शरभय्या यांची त्या पदी राहण्याची कुवत नसल्यामुळेच आज हे घडलं. त्याचबरोबर धीरेंद्रनं दाखवलेलं सत्यकथन करण्याचं धैर्य आणि त्याची असामान्य बुद्धिमत्ता, त्याच्या ज्ञानाची खोली या सर्वांचं राजाला कौतुक वाटलं. तो म्हणाला, ''पाठशाळेचा प्रमुख म्हणून मी आता तुमची नियुक्ती करत आहे. तुम्हीच त्या पदासाठी सर्वस्वी पात्र आहात.''

त्यावर धीरेंद्र कळकळीनं म्हणाला, ''महाराज, कृपा करून असं करू नका.

माणसाला जेव्हा आयतं धन मिळू लागतं, तेव्हा माणसाचा ऱ्हास ओढवतो. माणसाला सुखासमाधानानं जगता यावं एवढंच धन मिळावं, पण ऐषारामी, सुखासीन आयुष्य सहजगत्या उपभोगता येईल इतकं धन कष्ट केल्याविना कधीच मिळू नये. त्या ऐषारामानं माणूस आळशी व उद्धट बनतो. मी हे जवळून पाहिलं आहे. मी माझं काम करत राहीन आणि शिवाय ज्ञानार्जनही करीन.''

त्याचं बोलणं राजालाही पटलं. त्यानंतर आपल्या अनुदानावर चालणाऱ्या असंख्य पाठशाळांना अवचित भेट देऊन त्यांची जातीने तपासणी करण्याचा प्रघात त्यानं सुरू केला.

■

दयाळू कोल्हा

धर्मय्या हा साधू हम्पापुरा गावात राहत असे. तो सर्वांशी प्रेमळपणे वागे. प्राण्यांविषयी तर त्याच्या मनात अत्यंत प्रेम होतं. अशीच एक हिवाळी रात्र होती. थंडीचा कडाका होता. मध्यरात्रीच्या वेळी त्याच्या दारावर थाप पडली. धर्मय्यानं दार उघडलं. दारात एक कोल्हा थंडीने काकडत उभा होता. अचानक तो कोल्हा मानवी आवाजात बोलू लागला–

"मी आत येऊ का? मी रात्र या घरी काढू का?"

धर्मय्यानं लगेच त्याला आत घेतलं. त्यानंतर हा शिरस्ताच पडला. तो कोल्हा कधीही रात्रीच्या वेळी धर्मय्याच्या घरी येई आणि त्याला हवा तेवढा वेळ थांबे, धर्मय्याशी गप्पा गोष्टी करी.

एकदा अचानक तो कोल्हा धर्मय्याच्या घरी आला, तेव्हा धर्मय्या बराच आजारी होता, पण त्याच्याकडे औषधपाणी करण्यासाठी काहीच पैसे नव्हते. ते

पाहून कोल्ह्याला फारच वाईट वाटलं. त्यानंतर तो कोल्हा धर्मय्याकडे राहण्यासाठी आला. पण रात्रीच्या वेळी धर्मय्याला झोप लागली, की कोल्हा गुपचुप अंधारात बाहेर पडे आणि सकाळी धर्मय्या जागा व्हायच्या आत तो घरी परत येई. हे असं बरेच दिवस चालू होतं. एव्हाना धर्मय्या आजारातून बरा होऊ लागला होता, पण आता रोजच्या श्रमांनी तो कोल्हाच आजारी पडला. धर्मय्याला त्याची खूप काळजी वाटू लागली, पण कोल्ह्यानं कष्टानं डोळे उघडले आणि तो धर्मय्याला म्हणाला, "महाराज, तुम्ही फार दयाळू आहात. तुम्ही कित्येक दिवस मला तुमच्या घरी आश्रय दिलेला आहे. तुमचं ऋण तर काही मी फेडू शकत नाही, पण तुमच्या वार्धक्यात तुमच्याकडे औषधपाण्याला पैसे उपलब्ध असावे, तसंच तुम्हाला उदरनिर्वाहाची चिंता कधीही पडू नये याची काळजी मी घेतली आहे. मी तुमच्यासाठी काहीतरी आणलं आहे."

असं म्हणून कोल्ह्याने धर्मय्याला घराच्या माळ्यावर नेलं. धर्मय्याने पाहिलं तर तो माळा अंधारात चमकत होता. त्यानं नीट जवळ जाऊन पाहिलं, तर माळ्याच्या फरशीवर सोन्याची धूळ पसरली होती. धर्मय्याचा आपल्या नजरेवर विश्वासच बसेना. "हे कसं काय?" त्यानं कोल्ह्याला विचारलं.

"तुम्ही मला माफ करणार असलात, तर सांगतो. रोज रात्री मी नदी ओलांडून पलीकडे जात असे. तिकडे एक सोन्याची खाण आहे. त्या सोन्याच्या खाणीच्या बाहेर सोन्याची बरीच धूळ पडलेली असते. मी रोज त्या धुळीत लोळायचो. ती धूळ माझ्या अंगाला चिकटली की मी घरी परतताना मात्र नदीतून पोहत न येता पर्वत ओलांडून दूरच्या, कष्टाच्या मार्गानं येत असे. घरी आल्यावर मी थेट माळ्यावर जाऊन माझं अंग झटकत असे. हे असं मी गेले अनेक महिने करत होतो. त्यामुळे धनी, आज ही एवढी सोन्याची धूळ इथं जमा झालेली आहे. आता तुम्ही तुमच्या वृद्धापकाळाची चिंता मुळीच करू नका. ही धूळ विकून तुम्हाला तुमचा चरितार्थ चालवता येईल आणि तुमच्या औषधपाण्याचा खर्चही यातून निघेल."

कोल्ह्याचे हे शब्द ऐकताच धर्मय्याच्या डोळ्यांत पाणी आलं. कोल्हा अलीकडे बराच अशक्त झाला होता. त्यानं कोल्ह्याला आपल्या पोटाशी धरलं आणि म्हणाला, "माणसापेक्षा तू कितीतरी पटीनं चांगला आहेस. दयाळू आहेस. तू आणलेल्या धनाचा विनियोग मी फक्त माझ्या औषधपाण्यासाठी करणार नाही; आपल्या दोघांच्या प्रकृतीची काळजी या पैशातून घेता येईल आणि आपण दोघेही याच घरात सुखानं राहू शकू."

■

साहसी गृहिणी

उर्मिला ही एक बुद्धिमान, निडर आणि साहसी स्त्री होती. तिचा पती सहदेव लाकूडतोड्याचं काम करत असे. ते रानाच्या टोकाशी असलेल्या एका गावात राहत. त्यांना दोन मुलं होती. त्यांचा संसार मोठ्या सुखासमाधानात चालला होता.

त्या रानात एक दुष्ट चेटकीण राहत असे. ती माणसांना खायची. शेजारपाजारच्या गावांमधल्या लोकांना खूप त्रास देत असे. सगळेच तिला कंटाळून गेले होते. त्या चेटकिणीकडे एक खास सामर्थ्य होतं. त्या सामर्थ्याच्या जोरावर ती कोणतंही रूप घेऊ शकत असल्यानंच तिला पकडणं फार कठीण होऊन बसलं होतं.

एक दिवस तिची नजर उर्मिलावर आणि तिच्या दोन मुलांवर पडली. आज रात्री यांच्या घरी जाऊन यांना खाऊन टाकावं, असं तिनं ठरवलं. त्यासाठी तिनं आपल्या अंगच्या खास सामर्थ्याचा वापर केला. जेव्हा सहदेव रानात लाकूड तोडायला गेला तेव्हा ती एक अतीव सुंदर वेळूचं झाड होऊन त्याच्यासमोर आली. त्या वेळूचा रंग इतका सुंदर होता, की सहदेववर त्याची मोहिनी पडली. हा वेळू मी जर बाजारात नेऊन विकला, तर मला कितीतरी पैसे मिळतील, असा विचार करून त्यानं तो वेळू कापण्यासाठी पाऊल पुढं टाकलं, पण जेवढं पुढं जावं, तेवढं ते वेळूचं झाड अधिकाधिक दूर असल्याचं भासत होतं. सहदेव मंत्रमुग्ध होऊन त्या झाडामागं निबिड रानात खूप पुढे जात होता. असं बराच वेळ चाललं होतं. अचानक वेळूचं झाड गायब झालं आणि सहदेवला परतीची वाटच सापडेना.

रात्र पडली. उर्मिला रात्रीच्या जेवणासाठी आपल्या पतीची वाट पाहत बसली होती. आता त्या चेटकिणीनं सहदेवचं रूप घेतलं व घराचा दरवाजा ठोठावला. उर्मिलानं दार उघडलं. तिला वाटलं, आपला पतीच आला आहे. मग तिनं आपला पती व मुलांना जेवायला वाढलं. मुलांचं जेवण आटोपलं व ती खोलीत झोपायला गेली. अचानक ऊर्मिलाचं लक्ष आपल्या पतीच्या पावलांकडे गेलं. बघते तर काय– त्याची पावलं उलटी होती. उर्मिला मनातून चांगलीच घाबरली; पण केवळ क्षणभरासाठीच. हा आपला पती नसून पतीचं रूप घेऊन आलेली चेटकीण आहे, हे तिच्या तात्काळ लक्षात आलं; पण ते आपल्या

लक्षात आलेलं नाही असं दाखवत अगदी सहज स्वरात ती म्हणाली, "मुलांना त्या खोलीत झोपू दे, पण आज तुम्ही खूप दमलेले दिसताय. तेव्हा तुम्ही आज समोरच्या खोलीत झोपा."

चेटकिणीनं मनात विचार केला, 'कुठेही झोपलं तरी काय फरक पडतोय?

नाहीतरी मध्यरात्र उलटून गेल्यावर मी या तिघांनाही खाऊनच टाकणार आहे.'

चेटकीण समोरच्या खोलीत जाऊन झोपल्यावर उर्मिला कामाला लागली. तिनं माळा साफसूफ करून त्यावर अंथरुण तयार केलं व दोन्ही मुलांना माळ्यावर नेऊन झोपवलं. त्यानंतर तिनं एक भली मोठी शिडी घेऊन ती माळ्यावर जाण्यासाठी सोयीची होईल अशा पद्धतीनं लावून ठेवली. शिडीच्या पायथ्याशी तिनं एक भला मोठा दगड आणून ठेवला व दगडाशेजारीच जाळ पेटवून ठेवला. आता तिने शिडीच्या प्रत्येक पायरीवर भरपूर मलम चोपडून ठेवलं. त्यामुळे शिडीच्या पायऱ्या निसरड्या झाल्या. त्यानंतर ती लपून बसली.

थोड्या वेळानं चेटकीण उठली व मुलांना शोधू लागली. मुलं आपल्या खोलीत नव्हती. पण चेटकिणीचं नाक तीक्ष्ण होतं. माळ्यावरून माणसांचा वास

येतोय, हे तिच्या लक्षात आलं. तिथं अनायसे एक शिडी होतीच. चेटकीण त्या शिडीवरून घाईघाईनं वर चढू लागली, पण शिडीच्या पायऱ्या निसरड्या असल्यानं ती घसरून खाली पडली. पडताना तिचं डोकं दगडावर आपटलं व त्यामुळे ती जाळात पडली व भाजून मेली. ती चेटकीण खरोखरच मरण पावल्याची खात्री झाल्यावर उर्मिला लपलेल्या ठिकाणाहून बाहेर आली, आणि पाहते तो काय– त्या चेटकिणीचं अर्धवट जळलेलं शरीर जमिनीवर अस्ताव्यस्त पसरलं होतं.

नेमके त्याच वेळी काही चोर चोरी करण्याच्या उद्देशानं तिथं येऊन दाराबाहेर आपापसात कुजबुजत थांबले होते. त्यांचा डाव उर्मिलाच्या लक्षात आला. मग तिनं एक शक्कल लढवली. तिनं घरातील एक भली मोठी पेटी रिकामी केली व त्यात चेटकिणीचा अर्धवट जळलेला मृतदेह कोंबून भरला. मग पेटीचं झाकण लावलं व स्वत:च्या गळ्यातली सोन्याची साखळी काढून ती त्या पेटीच्या झाकणाच्या आतून अर्धवट बाहेरच्या बाजूला लोंबकळत सोडली. त्यानंतर तिनं मुलांना उठवलं व मागच्या दारानं मुलांना घेऊन बाहेर पडली.

थोड्याच वेळात घराचा पुढचा दरवाजा फोडून चोर घरात शिरले. त्यांना ती भली मोठी अवजड पेटी व त्याच्या झाकणातून बाहेर लोंबकळणारी सोन्याची साखळी पाहून वाटलं, 'या घराच्या मालकानं सगळा मौल्यवान ऐवज या पेटीतच भरून ठेवलेला दिसतोय.' मग चोरांनी सर्व ताकद लावून ती पेटी उचलली व घराबाहेर पोबारा केला.

चोरांनी ती जड पेटी खूप लांबवर वाहून आणली. रानात शिरल्यावर एका झाडाखाली ठेवून त्यांनी ती घाईघाईने उघडली. आत चेटकिणीचं ते अर्धवट जळलेलं भेसूर शरीर बघताच त्यांची पाचावर धारण बसली. ती पेटी तिथंच टाकून त्यांनी धूम ठोकली. परत त्या झपाटलेल्या घरात कधीच चोरी न करण्याचा त्यांनी निश्चय केला.

पहाट होताच उर्मिलानं रानात जाऊन आपल्या पतीला मोठमोठ्यांदा हाका मारत त्याचा सर्वत्र शोध घेतला. सुदैवानं तिला तो सापडला. दोघं घरी आले. तिनं आपल्या अंगच्या असामान्य धैर्यानं चालून आलेल्या संकटाचा सामना केला.

उर्मिलानं प्रसंगावधान राखून त्या चेटकिणीचा कसा काटा काढला ही हकिकत गावात कर्णोपकर्णी झाली. लोकांनी उर्मिलाची वाहवा केली. तिच्यामुळे संपूर्ण गावावरचं संकट कायमचं दूर झालं!

■

खरंखुरं भरतकाम

चंद्रामती ही एक गरीब विधवा होती. भरतकाम आणि विणकाम या दोन्ही कलांमध्ये अख्ख्या वल्लभपुरा गावात तिचा हात कोणी धरू शकलं नसतं. तिला दोन मुलगे होते– मुकुंदा आणि महामेधी. मुकुंदा स्वभावत:च अत्यंत स्वार्थी होता. महामेधी मात्र धार्मिक, सत्प्रवृत्त व दयाळू अंत:करणाचा होता. चंद्रामती अत्यंत सुंदर भरतकाम करत असे. तिने जर कापडावर गुलाबाचं फूल भरलं, तर ते इतकं जिवंत, इतकं खरंखुरं दिसायचं की मधमाश्या येऊन त्या फुलावर बसायच्या. तिनं जर एखादं फळ रेशमानं कापडावर भरलं, तर लांबून ते इतकं हुबेहूब वाटायचं, की बघणाऱ्याला ते कापून खाण्याचा मोह व्हावा.

एक दिवस आपण बनवलेले भरतकामाचे नमुने घेऊन चंद्रामती बाजारात ते विकण्यासाठी गेली. बाजारात कुणीतरी एक तैलचित्र विकायला ठेवलं होतं.

चंद्रामतीचं त्याकडे लक्ष गेलं. चित्रातील देखावा हा खरोखरच अप्रतिम सुंदर होता. त्यात संगमरवरी राजवाडा, त्यासमोर कारंजे, उद्यान, उद्यानात वाहणारे झरे आणि नयनमनोहर तळं होतं. चंद्रामतीला ते चित्र फारच आवडलं. तिनं त्याची किंमत विचारली.

तिच्या तोंडचे शब्द ऐकताच विक्रेता गालातल्या गालात हसून म्हणाला, "ह्या चित्रातील देखावा खराच आहे. हे तैलचित्र माझ्या धन्यानं चितारलं आहे. एकदा धनी वाट चुकले आणि अलकावती नगरीत जाऊन पोहोचले. तिथं यक्षराज राहतात. हे चित्र चितारणं येऱ्यागबाळ्याचं काम नव्हे. फार मौल्यवान आहे हे चित्र."

चंद्रामती उदास झाली. तिच्याकडे काहीच पैसे नव्हते, पण तिने विक्रीसाठी आणलेला भरतकामाचा नमुना त्या विक्रेत्याच्या नजरेस पडला. हे भरतकाम खूप उत्कृष्ट आहे. आपल्या धन्याला ते खूप आवडेल असा विचार करून तिच्या भरतकामाच्या मोबदल्यात ते चित्र तिला देण्यास तो राजी झाला.

चंद्रामती ते तैलचित्र घेऊन घरी आली. आपली आई बाजारातून एक पैसाही न मिळवता घरी आली हे पाहून मुकुंदाला राग आला. त्याने आपल्या आईची खरडपट्टी काढली.

"या चित्राकडे पाहून जगणार का आपण? मला वाटलं, तू तुझा भरतकामाचा नमुना विकून थोडे पैसे आणशील."

महामेधी मात्र असं काहीच म्हणाला नाही. उलट त्याने चंद्रामतीचं कौतुकच केलं. तो म्हणाला, "अखेर तू एक कलावंत आहेस. ही एक कलाकृती तू घरी आणली आहेस. एक कलाकृती सच्च्या कलावंताला नितांत आनंद देऊन जाते. मला हे पाहून बरं वाटलं. शिवाय मी आता मोठा झालो आहे. आपल्या कुटुंबाची जबाबदारी मी उचलीन."

मुकुंदाने मात्र काम करण्याचं नावसुद्धा काढलं नाही.

दुसऱ्या दिवशी महामेधी आपल्या आईला म्हणाला, "तू भरतकाम विणकामात इतकी पारंगत आहेस. मग या चित्रातील देखावा तू का नाही कापडावर भरत? तुला नक्कीच आवडेल असं काम आहे हे."

त्यावर मुकुंदाने मल्लीनाथी केली, "वा! फारच चांगली कल्पना. ते विकून भरपूर पैसे मिळतील."

चंद्रामती म्हणाली, "हा देखावा जर मी भरायला घेतला, तर तो पूर्ण होण्यास तीन वर्षं तरी लागतील. आणि एक गोष्ट लक्षात घ्या, मग या तीन वर्षांत मी काहीच पैसे मिळवू शकणार नाही."

मुकुंदा म्हणाला, "अगं आई– असं होणार असेल तर मग ते चित्र भरण्यात

वेळ घालवू नको हं."

महामेधी म्हणाला, "आई, काळजी नको करू. मी खूप कष्ट करीन. तू घर कसं चालवायचं, याची चिंता करत बसू नको."

मग चंद्रामतीनं आपलं सर्व लक्ष त्या चित्रातील देखावा रेशमानं कापडावर भरण्याकडे केंद्रित केलं. महामेधीला खरोखरच काबाडकष्ट करावे लागत होते. मुकुंदा मात्र काडीचाही हातभार लावत नव्हता. इतकंच नव्हे तर तो चंद्रामतीला उद्देशून लागट बोलत असे. एक दिवस तो तिला असंच काहीतरी बोलला. त्याचे शब्द ऐकून बिचारी चंद्रामती दु:खी झाली. तिच्या डोळ्यांत टचकन पाणी आलं. तिच्या डोळ्यांतून घळाघळा अश्रू वाहू लागले. ते अश्रू ती बनवत असलेल्या देखाव्यावर सांडले व त्याचा एक काळसर प्रवाह बनला आणि तो देखाव्यातील नदीच्या पांढऱ्या शुभ्र प्रवाहाला जाऊन मिळाला. चंद्रामतीने बनवलेला देखावा आणि तैलचित्रात चितारण्यात आलेला मूळ देखावा यात हा एक छोटासा फरक झाला.

अखेर एक दिवस चंद्रामतीचं भरतकाम पूर्ण झालं. चंद्रामतीने ते सर्वांना दाखवलं. सर्वजण ते पाहून मंत्रमुग्ध होत. तिला वाटलं, हे चित्र जर आपण विकलं तर आपल्याला जन्मभर पुरेल इतका पैसा मिळेल. ती असा विचार करत असतानाच तिथे सोसाट्याचा वारा सुटला. घोंघावणारं वादळ आलं आणि एका मोठ्या वावटळीसरशी चंद्रामतीच्या हातातील ते चित्र उडून गेलं. ते बघता बघता दिसेनासं झालं. चंद्रामती आश्चर्यानं थक्क होऊन नुसती बघत बसली. घडलेली हकिकत समजताच मुकुंदा तिला ओरडला. तो म्हणाला, "आई, काय हा तुझा निष्काळजीपणा!"

पण महामेधी मात्र तिची समजूत काढत म्हणाला, "आई, काळजी करू नको. ते चित्र वाऱ्याबरोबर ज्या दिशेला उडून गेलं आहे ना, त्या दिशेला जाऊन मी त्या चित्राचा शोध घेतो. कदाचित तो देखावा ज्या ठिकाणाचा आहे त्या मूळ ठिकाणी ते चित्र उडून गेलं असेल. मी नक्की शोधून काढेन ते." त्यानंतर लगेच त्यानं आपला प्रवास सुरू केला.

दुसऱ्या दिवशी महामेधी स्वर्गीय सुंदर अशा एका पर्वताच्या दिशेनं निघाला. तिथपर्यंत पोहोचण्याचा मार्ग अत्यंत खडतर होता. कठोर परिश्रमानंतर तो अलकावती नगरीला जाऊन पोहोचला. तिथं त्याच्या ओळखीचं कुणीच नव्हतं. नगरीच्या बाहेर एका वृद्ध महिलेची झोपडी होती. तिनं महामेधीला आपल्या घरी आश्रय दिला. आपण इथं कशासाठी आलो आहोत, हे त्यानं तिला सांगितल्यावर

तिला त्याची दया आली. केवढे खडतर कष्ट करून इथपर्यंत पोहोचला होता तो! ती वृद्धा त्याला म्हणाली, "मुला तुझं चित्र तुला परत मिळवायचं आहे ना? त्यासाठी एक युक्ती आहे. ते चित्र आमच्या राजाच्या राजवाड्यातच आहे हे नक्की, पण राजवाड्यात प्रवेश मिळणं मात्र मुळीच सोपं नाही. आमच्या राजाला सात कन्या आहेत. त्या रोज दुपारी गावाबाहेरच्या तळ्यात जलक्रीडेसाठी येतात. पाण्यात उतरण्यापूर्वी त्या आपले अलंकार काठावर काढून ठेवतात. सर्वांत धाकटी राजकन्या दिसायला अतीव सुंदर असून स्वभावानं कनवाळू आहे. तू तळ्यापाशी झाडामागे लपून बस. धाकटी राजकन्या जलक्रीडेला तळ्यात उतरली, की तिचे अलंकार पळव. तिनं कितीही विनवण्या केल्या तरी परत देऊ नको. फक्त एकाच अटीवर अलंकार परत द्यायला तयार हो. तिनं तुला आपला नोकर बनवून स्वत:बरोबर राजवाड्यात नेलं पाहिजे. एकदा राजवाड्यात प्रवेश मिळाला की आपल्या आईचं चित्र परत मिळेपर्यंत परत जाऊ नकोस."

दुसऱ्या दिवशी महामेधी तळ्याकाठी जाऊन राजकन्या जलक्रीडेला येण्याआधीच झाडामागे लपून बसला. त्या वृद्धेनं त्याला शिकवलं होतं त्याप्रमाणे सर्वकाही त्यानं केलं. धाकटी राजकन्या गोमती जरा नाराज झाली, पण अखेर तिनं महामेधीचं म्हणणं कबूल केलं व ती त्याला राजवाड्यात घेऊन गेली. महामेधी तिथं काही दिवस राहिला. तिथलं दृश्य त्याला फार ओळखीचं वाटलं कारण आपल्या भरतकामातून चंद्रामतीनं हुबेहूब तेच दृश्य साकार केलं होतं. तिनं साक्षात अलकावती नगरीच समूर्त साकार केली होती.

एक दिवस त्याला मुख्य दरबारात प्रवेश करण्याची संधी मिळाली. तिथे त्याला आपल्या आईनं बनवलेलं ते चित्र भिंतीवर टांगलेलं दिसलं. दरबारातील प्रत्येकजण त्या चित्राचं अगदी बारकाईनं निरीक्षण करण्यात गुंग होता.

गोमती म्हणाली, "माझ्या पिताजींनी आम्हा सर्व बहिणींमध्ये चुरस लावली आहे. त्या भिंतीवरील चित्रातील देखावा आमच्यापैकी प्रत्येकीनं आपल्या भरतकामातून जसाच्या तसा साकारायचा आहे. जिला ही गोष्ट जमेल तिला पिताजी फार मोठं बक्षीस देणार आहेत. आमच्यातील प्रत्येकीचीच जिंकण्याची इच्छा असल्यानं आम्ही सर्वजणी कामाला लागलो आहोत."

अखेर राजानं दिलेली मुदत भरण्याची वेळ जवळ आली. गोमती सोडून बाकी सर्व राजकन्यांनी आपापलं भरतकाम पूर्ण केलं होतं.

गोमती चिंतित झालेली पाहून महामेधी म्हणाला, "तुम्ही काळजी करू नका. भिंतीवर टांगलेल्या त्या चित्रात एक रहस्य दडलेलं आहे. ते माझ्याशिवाय दुसऱ्या कुणालाही माहीत नाही. त्यात जी एक गोष्ट दडलेली आहे, ती तर खऱ्याखुऱ्या अलकावती नगरीतील दृश्यातही नाही."

गोमती आश्चर्यचकित झाली. ती म्हणाली, "ते रहस्य तू मला सांगशील?"

त्यावर महामेधी म्हणाला, "जरूर. तुमचे माझ्यावर इतके उपकार आहेत, की त्या मोबदल्यात मी तुम्हाला ती गोष्ट जरूर सांगेन. त्या भिंतीवरील चित्रात जो पांढरा शुभ्र नदीचा प्रवाह वाहतोय, त्यात एक सूक्ष्म काळा प्रवाह मिसळलेला आहे. तो काळा प्रवाह माझ्या आईच्या दु:खाचा निदर्शक आहे."

"दु:ख? तुझ्या आईचं? मला नाही समजलं." राजकन्या म्हणाली.

"या अलकावती नगरीत वास्तव्य करणाऱ्या तुम्हा लोकांना दु:ख ही संकल्पना सांगून समजणार नाही, कारण तुम्ही आयुष्यात कधी दु:खच भोगलेलं नाही. पण मी जिथं राहतो त्या जगात इतकं दारिद्र्य, इतकी असहायता आहे की त्यामुळे तिथे राहणारी माणसं दु:खी होतात. पण खरं सांगू– आयुष्याला जर दु:खाची किनार नसेल, तर खऱ्या अर्थानं सुखाचा अर्थ कोणाला समजूच शकणार नाही."

"एखाद्याला कधी दु:खी वाटतं?"

"आपलं ज्या व्यक्तीवर प्राणापलीकडे प्रेम आहे त्या व्यक्तीला जर आपण गमावून बसलो, किंवा त्या व्यक्तीचा विरह आपल्याला सहन करावा लागला. कधीतरी आपल्या जवळच्या कुणी व्यक्तीनं आपल्याला हिडिस फिडिस केलं, वाईट वागणूक दिली, तर आपल्याला दु:ख होतं."

त्यानंतर गोमतीनं एक काळ्या रंगाचा धागा घेतला आणि तिच्या भरतकामातील पांढऱ्याशुभ्र नदीच्या प्रवाहात आणखी एक काळा सूक्ष्म प्रवाह वाहू लागला.

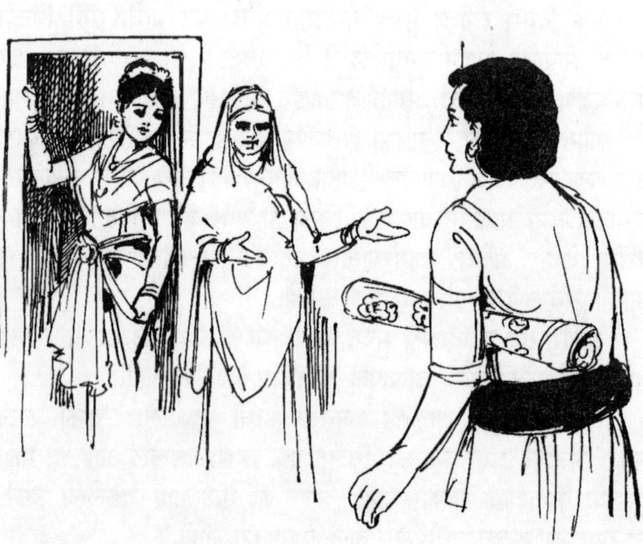

गोमतीचं भरतकाम सर्वश्रेष्ठ ठरलं. तिला राजाकडून बक्षीस मिळालं.

तिने महामेधीला दिलेला शब्द पाळला आणि त्याच्या आईचं चित्र त्याला परत दिलं.

चित्र घेऊन महामेधी निघाला. खडतर प्रवास करून मोठ्या आनंदाने तो घरी पोहोचला. घरी एक आश्चर्यकारक घटना घडलेली होती. तो घरात शिरला तर गोमती त्याची वाट पाहत होती.

त्याच्या चेहऱ्यावरील आश्चर्य पाहून ती म्हणाली, ''तुझ्या अंगचा प्रामाणिकपणा आणि परोपकारी वृत्ती पाहून मी तुला मनानं वरलं आहे. तुझी पत्नी म्हणून तुझ्याबरोबर जन्म काढण्यासाठीच मी इथं आले आहे.''

■

दुष्ट सिंह

बेला ही एक बुद्धिमान आणि सुंदर मुलगी होती. कुक्कनहळ्ळी नामक गावात ती राहत होती. ह्या कुक्कनहळ्ळी गावाच्या नजिकच एक घनदाट अरण्य होतं. गावच्या लोकांना त्या अरण्यामुळे बरेच लाभ होत. त्या गावातील अनेक तरुणांची बेलाशी विवाह करण्याची इच्छा होती. परंतु बेलाला मात्र त्यांच्यापैकी कोणीच पसंत नव्हता.

एक दिवस अचानक जयसुंदर नावाचा उमदा, देखणा तरुण कुठूनतरी त्या गावात आला. त्याने आपल्यासोबत उत्तमोत्तम फळांनी भरलेली एक टोपली आणली होती. त्याने ती फळं गावातील वडीलधाऱ्या माणसांना अत्यंत आदरपूर्वक अर्पण केली. गावातील लोकांवर चांगलीच छाप पडली त्याची. त्याचं वागणं बोलणं अत्यंत सुसंस्कृत होतं.

रोज सकाळी तो गावातून कुठेतरी निघून जायचा आणि परत येताना उत्तमोत्तम फळं घेऊन यायचा व ती गावातील लोकांना वाटायचा.

काही दिवसांतच बेला त्याच्यावर भाळली. आपण या जयसुंदरशीच विवाह करायचा, असा तिनं मनोमन निश्चय केला. गावातील वडीलधाऱ्यांना तिची ही निवड योग्य वाटली व त्यांनीच त्या दोघांचा वाङ्निश्चयही केला.

लोक आपापसात त्या दोघांविषयी बोलत. ते म्हणत, "हा जयसुंदर रोज इतकी नानाविध प्रकारची उत्तमोत्तम फळं आणतो. ती मिळवण्यासाठी त्याला नक्कीच निबिड अरण्यात जावं लागत असेल. तेही स्वत:चा जीव धोक्यात घालून. खरंच किती नशीबवान आहे ही बेला. हा जयसुंदर तिची कोणतीही इच्छा पूर्ण करेल. खरंच अगदी राणीसारखं वागवेल तिला."

पण बेला ही एक बुद्धिमान तरुणी होती. तिचा जयसुंदरशी वाङ्निश्चय झाल्यानंतर मात्र तिला मनातून काहीतरी अशुभाची चाहूल लागली व अस्वस्थ वाटू लागलं. तिला अलीकडे जयसुंदरच्या त्या अतिनम्र बोलण्या वागण्याचा संशय येऊ लागला होता.

एक दिवस जयसुंदर गावाबाहेर पडताच तिने त्याचा पाठलाग केला. तो अरण्यात शिरून पुढे पुढे जात राहिला. थोड्या वेळाने तो एका जागी थांबला.

बेला एका झाडामागे लपून बसली. त्यानंतर जयसुंदरने आपले कपडे काढले व त्याचं बघता बघता एका सिंहात रूपांतर झालं. हा जयसुंदर सिंह मानवी आवाजात बोलू शकत होता. त्याने आता मोठमोठ्यांदा गर्जना करण्यास सुरुवात केली व मोठमोठ्यांदा हाका मारून अरण्यातील सर्व पशूंना आपल्यासमोर बोलावून घेतलं.

थोड्याच वेळात अरण्यातील सर्व प्राणी त्याच्यासमोर गोळा झाले. जयसुंदर सिंहाचं रूप इतकं उग्र होतं, की सगळे प्राणी त्याच्यासमोर थरथर कापत होते. ते पाहून बेलापण मनातून घाबरली.

जयसुंदर-सिंह वाघांना आपल्यासमोर बोलावून म्हणाला, "जा, आणि माझ्यासाठी पूर्व दिशेकडून सुंदर सुंदर आंबे घेऊन या." त्यानंतर त्याने जिराफांना उत्तरेकडून आवळे घेऊन येण्यास सांगितलं.

एक हत्ती म्हणाला, "महाराज, आपला त्या बेला नावाच्या मुलीशी कधी विवाह होणार आहे?"

त्यावर जयसुंदर सिंह उपहासगर्भ हास्य करीत म्हणाला, "त्या बेलाला आपल्या सौंदर्याचा फार गर्व आहे. आजपर्यंत तिने गावातील इतर सर्व तरुणांना नकार दिलेला आहे. स्वत:ला फार बुद्धिमान समजते ती. मी आता तिला चांगला धडा शिकवणार आहे. मी आता पुढच्याच आठवड्यात तिच्याशी विवाह करून दुसऱ्याच दिवशी तिला खाऊन टाकणार आहे."

"पण महाराज, जर कुणाला तुमचा संशय आला, तर?"

"तसं होणं शक्यच नाही. गावातील वडीलधाऱ्यांची आणि मुलाबाळांची मनं मी जिंकलीच आहेत आणि त्या मूर्ख बेलाला माझ्याविषयी काहीच माहीत नाही."

त्यानंतर त्याने जमलेल्या सर्वच प्राण्यांना कुठलं ना कुठलं तरी फळ आणण्याचा हुकूम सोडला. थोड्याच वेळात सगळे प्राणी आपल्याला नेमून दिलेलं काम पार पाडून परत आले. मग जयसुंदर सिंहाने परत मानवावतार धारण केला व साळसूद चेहऱ्याने फळांच्या पेट्या आणि टोपल्या घेऊन तो गावात परतला.

बेलाची भीतीने गाळण उडाली होती. ती भीतीने थरथर कापत घरी आली. तिने आपल्या वडिलांना विश्वासात घेऊन घडलेला प्रकार सांगितला. पण आधी तिच्या वडिलांचा तिच्या बोलण्यावर मुळीच विश्वास बसेना. ते म्हणाले, "तुझा काहीतरी गैरसमज होत असेल. तो इतका चांगला मुलगा आहे. त्याचं वागणं बोलणं किती सुसंस्कृत आहे. त्याच्या चेहऱ्यावर जरासुद्धा दुष्टपणाची छटा नाही. कदाचित तुला झोप लागली असेल आणि काहीतरी वेडंवाकडं स्वप्न पाहिलं असशील. माझा नाही विश्वास बसत."

पण बेला मात्र वारंवार तेच तेच सांगत राहिली. तिचं कळकळीचं बोलणं आणि तिच्या चेहऱ्यावरची भीती पाहून तिच्या वडिलांना अखेर तिचं बोलणं पटलं. मग तेही घाबरले.

बेला मात्र आता जरा शांत झाली होती. तिने रात्रभर जागून खूप विचार केला आणि एक धाडसी योजना आखली.

दुसऱ्या दिवशी रात्री तिने आपल्या काकांना आणि वडिलांना बोलावून त्यांना ती योजना समजावून सांगितली. बेलाच्या वडिलांचे भाऊ– बेलाचे काका चांगले बलदंड शरीरयष्टीचे होते. ठरल्याप्रमाणे रात्रीच्या वेळी तिघे घराबाहेर पडून अरण्यात गेले, थोडं पुढे गेल्यावर बेलाच्या काकांनी बेलाच्या वडिलांना आपल्या खांद्यावर बसवलं व वडिलांच्या खांद्यावर बेला चढून बसली. त्या सर्वांनी आपलं शरीर काळ्या घोंगडीने झाकून टाकलं. बेलानं आपल्या हातात दोन काठ्या घेऊन डोक्यापाशी अशा रीतीने धरल्या की त्या डोक्यापासून उगवलेल्या शिंगासारख्या दिसू लागल्या. जर कुणी दुरून तो सगळा प्रकार पाहिला असता तर असंच वाटलं असतं की एक काळाकुट्ट उंच आणि अवाढव्य प्राणी शिंगं उगारून आपल्याच रोखानं येत आहे.

त्यानंतर तिघेही चालत चालत जयसुंदर सिंहाच्या अरण्यातील गुहेपाशी पोहोचले. जयसुंदर सिंह गुहेत झोपला होता. त्यानंतर तिघेही ठरवून एकाच वेळी

एकमेकांच्या आवाजात आवाज मिसळून कर्कश आवाजात ओरडू लागले, ''जयसुंदर सिंहा, ऊठ.''

जयसुंदर सिंह घाबरून उठला व गुहेबाहेर आला. त्याला काळोखात एक महाकाय प्राणी शिंगे उगारून त्याच्या स्वत:च्या रोखाने चाल करून येताना दिसला. जयसुंदर सिंह घाबरला पण तरीही धीर गोळा करून तो म्हणाला, ''तू कोण आहेस? तुला काय हवं?''

त्यावर तिघेही एका आवाजात ओरडले, ''मी या रानाचा राक्षस आहे. रोज तू या रानातील प्राण्यांचा छळ करतोस. त्यांच्याकडून काम करून घेतोस आणि त्यांच्या कष्टाची फळं तुला मिळतात. आज मी तुला खाणार आहे.''

हे ऐकून जयसुंदर फारच घाबरला. त्याने हा असला महाभयंकर प्राणी कधीच पाहिलेला नव्हता. आता आपली या रानातील सद्दी संपली हे सत्य त्याला समजलं. लवकरच गावकऱ्यांना आपला खोटेपणा कळून चुकेल व एकतर संतप्त गावकऱ्यांकडून आपल्याला मरण येईल, नाहीतर हा राक्षस आपल्याला खाऊन टाकेल, अशी त्याची खात्रीच पटली.

तो तेथून जो धूम पळत सुटला तो परत कधी गावात आलाच नाही.

■

अव्यवहारी पंडित

जयपतीदेव, रंगदेव आणि सहदेव आणि कनकदेव हे अत्यंत विद्वान ब्राह्मण होते, पण त्यांच्या अंगी काडीचंही व्यवहारज्ञान मात्र नव्हतं. एक दिवस त्यांनी ठरवलं; आपल्यापैकी प्रत्येकजण एका खास विद्येत पारंगत आहे, तर आपण थेट राजधानीत जाऊन ही विद्या राजासमोर सादर करायची म्हणजे राजा खूष होऊन आपल्याला बक्षीस देईल.

अशा रीतीने ते प्रवासाला निघाले. वाटेत त्यांना एक अरण्य लागलं. त्यांनी ते अर्धं-अधिक पार केलं आणि त्यांना रस्त्यात एका भल्या मोठ्या रानटी श्वापदाच्या पाऊलखुणा उमटलेल्या दिसल्या. ते पाहून जयपतीदेव अभिमानानं म्हणाला, "या पाऊलखुणा कोणत्या श्वापदाच्या आहेत हे मी माझ्या विद्येच्या जोरावर सांगू शकतो. आत्ताच इथून एक सिंह चालत गेला असला पाहिजे.

ते थोडे पुढे गेले. अचानक रंगदेव थांबला आणि म्हणाला, "मी माझ्या विद्येच्या जोरावर यापुढे काय घडलं असावं, ते सांगू शकतो. इथे त्या सिंहाची आणि एका हत्तीची समोरासमोर गाठ पडली. त्यांची झुंज लागली. त्यावेळी त्या

सिंहानं मूत्रविसर्जन केलं.''

त्या मूत्राच्या दिशेने सर्वजण पुढे गेले. तिथे त्यांना मुंग्यांची रांग चालताना दिसली. त्यावर सहदेव फुशारकीने म्हणाला, ''या मुंग्यांच्या हालचालीचा अभ्यास करून मी असं सांगू शकतो की इथून काही अंतर पुढे गेल्यावर तो सिंह मरण पावला.''

मग ते त्या मृत सिंहाचा शोध घेत पुढे गेले. आश्चर्याची गोष्ट म्हणजे त्यांना काही अंतरावर खरोखरच सिंहाचा मृतदेह आढळला.

कनकदेव एवढा वेळ गप्प होता. आता त्याला वाटलं, आपण खरं तर सर्वांत विद्वान आहोत. आपल्या अंगच्या विद्येला तर तोडच नाही. त्यामुळे त्यानं पुढे होऊन बढाई मारत म्हटलं, ''हे तर काहीच नाही. मी माझ्या अंगच्या विद्येनं या मृत सिंहाला जिवंत करू शकतो. मी हा चमत्कार आत्ताच तुम्हाला दाखवतो.

असं म्हणून त्याने थोडं पाणी घेतलं, काही मंत्रोच्चार केले व ते मंतरलेलं पाणी त्याने त्या सिंहाच्या शरीरावर शिंपडलं. त्याबरोबर तो सिंह झोपेतून जागा झाल्यासारखा आळोखेपिळाखे देत उठला, त्यानं प्रचंड गर्जना केली. आपल्यासमोर आयती शिकार चालत आलेली पाहून त्याने झेप घेतली आणि चारही ब्राह्मणांना खाऊन टाकलं.

■

बुद्धिमान रोहिणी

रोहिणी ही एक अत्यंत बुद्धिमान स्त्री होती. तिचा पती व्यापारी होता, पण दुर्दैवाने त्याचा धंदा पूर्णपणे बसला आणि त्याला सर्वकाही गमवावं लागलं. त्यांना त्यांचं घरदार विकून टाकावं लागलं व ते एका लहानशा झोपडीत राहू लागले. एक दिवस रोहिणी आपल्या घरासमोरच्या अंगणातील गवत काढत असताना तिला गवतात एक चमकणारी वस्तू दिसली. तिने जवळ जाऊन पाहिलं तर तो एक हिऱ्यांचा हार होता. तिला आश्चर्याचा धक्काच बसला. हा हार नक्कीच एखाद्या धनाढ्य व्यक्तीचा असावा, असा ती विचार करतच होती, तेवढ्यात तिला राजाच्या सेवकांनी पिटलेली दवंडी ऐकू आली.

"महाराणी कमला यांचा हिऱ्यांचा हार हरवला आहे. तो ज्या कुणाला सापडेल त्याने तो घेऊन राजवाड्यात यावे. त्याला योग्य बक्षीस दिले जाईल."

रोहिणी प्रामाणिक होती. ती तो हार घेऊन परत करण्यासाठी राजवाड्यात गेली. तो हार परत मिळाल्यामुळे राणी खूष झाली व तिनं रोहिणीला शंभर सुवर्णमुद्रा बक्षीस म्हणून देऊ केल्या, रोहिणी चतुर होती. तिनं ते बक्षीस विनम्रपणे नाकारलं. ती म्हणाली, "महाराणी, मला आपण बक्षीस देणारच असाल, तर माझी एक छोटीशी विनंती आहे, ती आपण मान्य करा. मला आपला पैसा नको. फक्त दिवाळीच्या लक्ष्मीपूजनाच्या दिवशी पूर्ण राजधानीत एक माझं घर वगळता कोणत्याही घरात दिवा लागलेला असता कामा नये. अगदी आपल्या राजवाड्यातसुद्धा नाही. तेवढा हक्क तुम्ही मला द्या. आपल्याला जर शक्य असेल तर माझी ही एवढी मागणी पूर्ण करा."

ही मुलखावेगळी विनंती ऐकून राणीला जरा आश्चर्य वाटलं, पण रोहिणी पैसे किंवा इतर कोणत्याच स्वरूपाचं बक्षीस घ्यायला तयार नव्हती. शेवटी राणीने ते मान्य केलं. तशा स्वरूपाची दवंडी राज्यभर पिटण्यात आली. "दिवाळीत लक्ष्मीपूजनाच्या दिवशी कोणीही आपल्या घरी दीपप्रज्वलन करू नये."

अखेर दिवाळी आली. लक्ष्मीपूजनाच्या दिवशी रोहिणीने आपली झोपडी स्वच्छ केली आणि सर्वत्र दिवे उजळून ठेवले. संपूर्ण शहरात घनदाट अंधार

आणि त्या अंधारात फक्त रोहिणीची झोपडी लखलखू लागली. त्यानंतर ती पूजासाहित्य घेऊन घराच्या दारातच बसून राहिली.

प्रत्येक वर्षी दिवाळीच्या लक्ष्मीपूजनाला लक्ष्मीदेवता स्वर्गातून पृथ्वीवर येई. नेहमीप्रमाणे पृथ्वीवर उतरू लागली तर तिला फक्त रोहिणीच्या घरातच दिव्यांचा लखलखाट व बाकी सर्वत्र काळोख आढळला. त्यामुळे ती थेट रोहिणीच्या घरी आली. रोहिणीने तिला ओळखलं व तिला विनम्रपणे नमस्कार करून तिची पूजा केली, परंतु ती लक्ष्मीदेवीसमोर आपल्या घराचं दार अडवून उभी राहिली. ती म्हणाली, ''माते, जर आत जाणार असशील तर एकच अट आहे. परत बाहेर पडायचं नाही. ही अट मान्य असेल तरच घरात प्रवेश कर.''

लक्ष्मीदेवी संकटात सापडली. लक्ष्मीपूजनाच्या दिवशी जे घर दिव्यांनी उजळून निघालं असेल त्या घरात जाऊन तिथं राहणाऱ्या लोकांकडून तिला स्वत:ची पूजा करून घ्यावीच लागते. पण इथं तिची ही भक्त तिला कायमचं

राहण्यासाठी दडपण आणत होती. तिला नाही म्हणावं, तर आजूबाजूला कुठंच दिव्यांनी उजळलेलं एकही घर नव्हतं. अखेर तिनं रोहिणीची अट मान्य केली.

लक्ष्मीदेवी रोहिणीच्या घरी कायमची वास्तव्याला आली. रोहिणीचं भाग्य उजळलं. तिला पुढील आयुष्यात कशाचीच ददात पडली नाही.

■

भाग्यदेवता

भाग्यदेवतेची स्वर्गातील इतर देवतांशी पैज लागली.

"माझ्या मदतीशिवाय मानवाला जीवनात यशस्वी होणं शक्यच नाही." भाग्यदेवता म्हणाली. तिनं आपलं म्हणणं सिद्ध करून दाखवण्याचं ठरवलं.

दोन बहिणी होत्या– वरलक्ष्मी आणि धनलक्ष्मी. त्या दोन वेगवेगळ्या शहरात राहत होत्या. ती शहरे – मधुमती नगरी आणि माहेश्वर नगरी – एकमेकांपासून जरा दूर होती. दोघींचे विवाह चांगल्या घराण्यात झाले होते आणि त्यांची आर्थिक परिस्थिती अतिशय उत्तम होती, पण आपला मुद्दा सिद्ध करण्यासाठी भाग्य देवतेने धनलक्ष्मीवरची आपली कृपादृष्टी काही काळासाठी काढून घेतली.

धनलक्ष्मीला तीन तरुण मुलगे होते. त्यांचा घरचा मोठा व्यापार होता, पण त्या वर्षी व्यापारात फार मोठी खोट आली आणि त्यांचं सर्वस्व गेलं. आता गरिबीत दिवस कंठणं धनलक्ष्मीच्या व तिच्या परिवाराच्या नशिबी आलं.

वरलक्ष्मीची परिस्थिती मात्र चांगलीच राहिली.

एक दिवस धनलक्ष्मीला खूप वाईट वाटलं. मग तिने आपल्या बहिणीची मदत घेण्याचं ठरवलं. तिने आपला सर्वांत मोठा मुलगा रुद्रैय्या याला जवळ बोलावून म्हटलं, "बाळा, आपल्या मावशीकडे जा आणि तिला आपल्या घरची परिस्थिती नीट समजावून सांग. ती आपल्याला नक्की मदत करेल. तिने आपल्याला दिलेलं पैसे वापरून आपण परत नवा उद्योगधंदा सुरू करू."

धनलक्ष्मीनं रुद्रैय्याबरोबर आपल्या बहिणीसाठी एक पत्रही दिलं. त्यात तिनं आपली सर्व परिस्थिती तिला सांगितली होती. ते पत्र वाचून वरलक्ष्मीला फार वाईट वाटलं. तिने रुद्रैय्याला प्रेमानं आपल्या घरी काही दिवस ठेवून घेतलं, खाऊ पिऊ घातलं. अखेर रुद्रैय्याचा परत जाण्याचा दिवस आला. वरलक्ष्मीनं दहीभात कालवला व तो एका डब्यात भरला. त्याच डब्याच्या तळाशी तिनं काही सुवर्णमुद्रा दडवून ठेवल्या होत्या. त्याचबरोबर तिने आपल्या बहिणीला एक पत्र लिहिलं. त्यात तिने त्या सुवर्णमुद्रांविषयी सर्व काही लिहिलं व ते एका लिफाफ्यामध्ये घालून तो लिफाफा बंद केला. रुद्रैय्या जरा भोळसट होता. परतीची वाट दूरची होती, रानावनातून जाणारी होती. चोरचिलटांचं भय होतं.

त्यामुळेच तिने त्याला सुवर्णमुद्रांविषयी काही सांगितलं नाही. फक्त "जेवणाचा डबा नीट सांभाळून ने आणि घरी आईला दे." एवढं मात्र तिने त्याला अनेकदा बजावून सांगितलं.

वाटेत चालून चालून रुद्रैय्या थकून गेला. तो तहानेनं व्याकूळ झाला. त्याने आपली पिशवी एका झाडाखाली ठेवली आणि तो पाणी प्यायला तळ्यापाशी गेला. झाडावर एक माकड बसलं होतं. त्याचं लक्ष पिशवीतील डब्याकडं गेलं. त्याने उडी मारली आणि पिशवीतील डबा उचलून पसार झालं. रुद्रैय्याच्या ती गोष्ट लक्षात आली, पण त्याने त्याची फारशी फिकीर केली नाही.

रुद्रैय्या घरी पोहोचला. त्याने मावशीचं पत्र आईला दिलं. पत्र वाचताच धनलक्ष्मी म्हणाली, "बाळा, मावशीने जेवणाचा डबा भरून दिला होता ना? तो कुठे आहे?"

त्यावर रुद्रैय्या म्हणाला, "अगं आई, रानात मी पाणी प्यायला थांबलो असताना एका माकडानं तो पळवला. पण जाऊ दे ना आई, त्यात फक्त दहीभातच तर होता."

धनलक्ष्मीने कपाळाला हात लावला, पण आता काही उपयोगच नव्हता. ती दु:खाने रडत बसून राहिली.

पुढचा महिना उजाडला. आता तिनं आपला मधला मुलगा भद्रैय्या याला वरलक्ष्मीकडे पाठवलं. रुद्रैय्याचे पैसे कसे हरवले हे एव्हाना वरलक्ष्मीला समजलं होतं. त्यामुळे यावेळी तिनं वेगळी युक्ती केली. एक जाडजूड पण पोकळ काठी घेतली व तिची मूठ उघडून त्या पोकळीत तिनं भरपूर सुवर्णमुद्रा भरल्या. मूठ परत घट्ट बंद केली. तिने धनलक्ष्मीला पत्र लिहिलं व भद्रैय्याला बाकी काहीही न सांगता फक्त काठी सांभाळून नेण्यास सांगितलं. भद्रैय्यासुद्धा रुद्रैय्यासारखाच भोळसट असल्याने तिने त्याला बाकी काही स्पष्टीकरण दिलं नाही.

भद्रैय्या आनंदानं गाणी गात गात रस्त्यानं निघाला. वाटेत दमून भागून तो एका झाडखाली बसला. तिथे आणखी एक प्रवासी त्याच्यासारखाच विश्रांती घेत होता. दोघांनी पुष्कळ गप्पागोष्टी केल्या. थोड्या वेळाने दोघांचीही जायची वेळ झाली. दोघे उठले, एकमेकांचा निरोप घेऊन काठ्या उचलून आपापल्या वाटेला लागले. पण गडबडीत त्यांच्या काठ्यांची अदलाबदल झाली. ही गोष्ट दोघांच्याही लक्षातच आली नाही.

भद्रैय्या घरी पोहोचल्यावर त्याच्या आईनं पत्र वाचलं आणि भद्रैय्याची काठी घाईघाईनं उघडली, पण आत काहीच नव्हतं. तिनं मुलाकडे त्याविषयी चौकशी करताच तो म्हणाला, "अरे! वाटेत दुसरा एक प्रवासी भेटला होता. त्याच्या

आणि माझ्या काठीची अदलाबदल झाली वाटतं! पण जाऊ दे ना, एवढ्याशा काठीची कशाला चिंता पडली आहे तुला? गेली तर गेली!''

बिचारी धनलक्ष्मी परत आपल्या फुटक्या नशिबाला दोष देत गप्प बसली.

पुढच्या महिन्यात तिने आपला सर्वांत धाकटा मुलगा शिवय्या याला आपल्या बहिणीकडे पाठवलं. आता या खेपेला वरलक्ष्मीने एक कापडी थैली घेतली. त्या थैलीचा तळ उसवून त्यात सुवर्णमुद्रा लपवल्या आणि तिने थैलीचा तळ बेमालूम शिवूनही टाकला. त्यानंतर थैलीमध्ये काहीतरी किरकोळ सामान भरून ती थैली तिने शिवय्याला दिली. आपल्या बहिणीसाठी पत्र दिलं व शिवय्याला थैली सांभाळून नेण्यास सांगितलं.

शिवय्या घरी निघाला. वाटेत अचानक मुसळधार पाऊस आला. तो थोडावेळ एका झाडाखाली थांबला. पण पाऊस थांबण्याचं काहीच चिन्ह नव्हतं. नदीचं पाणी वाढत चाललं होतं. अखेर त्याने जिवाचा धडा करून नदी ओलांडण्यास सुरुवात केली.

अचानक पाण्याचा मोठा लोट आला आणि शिवय्याच्या हातातली थैली निसटली व वाहून गेली. त्याने ती पकडण्याचा जरासा प्रयत्न केला, पण तो सफल झाला नाही.

परत एकदा धनलक्ष्मीच्या दु:खाला पारावर उरला नाही.

या सर्व घटना स्वर्गातून देवदेवता पाहत होत्या. त्यांना धनलक्ष्मीचं दु:ख बघवेना. त्यांनी भाग्यदेवतेला सांगितलं, ''त्या गरीब बिचाऱ्या स्त्रीवर असा अन्याय नको करू. आधीच ती इतकी दु:खात आहे. तिच्यावर तुझं कृपाछत्र धर.''

तिने आपलं म्हणणं सिद्ध केलं होतं म्हणून भाग्यदेवता समाधानाने हसली.

एक दिवस रुद्रैय्या काही कामासाठी त्याच अरण्याच्या वाटेनं जात असताना त्याला झाडाखाली बरीच सोन्याची नाणी पडलेली दिसली. त्याने वर पाहिलं तर झाडाच्या फांदीवर एक माकड बसलं होतं. याचा अर्थ एकच होता. माकडानं खाद्यपदार्थ खाऊन नाणी फेकून दिली होती. जवळच जेवणाचा डबाही पडला होता. रुद्रैय्यानं त्या डब्यात ती नाणी भरली व तो घरी आला.

नेमका त्याच्या दुसऱ्या दिवशी भद्रैय्या बाहेर गेला होता. त्याला एक अनोळखी माणूस भेटला. भद्रैय्यानं काही त्याला ओळखलं नाही पण त्या माणसाने भद्रैय्याला अचूक ओळखलं. त्याच्या आणि भद्रैय्याच्या काठीची अदलाबदल झाली होती. तो भद्रैय्याला हाक मारून म्हणाला, ''अहो, त्या दिवशी चुकून तुमची ही काठी माझ्याकडे आली आणि माझी तुमच्याकडे. पण तुमची ही काठी

फार जड आहे हो. ही तुम्ही परत घ्या.''

भद्रैय्या ती काठी घरी घेऊन आला. धनलक्ष्मीने ती उघडली. आत बरीच सोन्याची नाणी होती.

एक महिन्यानंतर शिवय्या नदीच्या काठी फिरायला गेला असताना त्याला लांबवरून काठावरील झुडपात काहीतरी अडकलेलं दिसलं. त्यानं जवळ जाऊन पाहिलं, तर ती एक थैली होती. त्याला त्याच्या मावशीने दिलेलीच ती थैली होती. त्यानं ती घरी आणली. धनलक्ष्मीने त्या थैलीचा तळ उसवला तर आतून सोन्याची नाणी निघाली.

भाग्यदेवतेची साथ असली तर काहीही अतर्क्य गोष्टी घडू शकतात.

■

रेशमाची कथा

रेशमाच्या धाग्याचा शोध चीन देशात लागला. हा शोध नक्की कसा लागला याविषयी तिकडे अनेक लोककथा प्रचलित आहेत. रेशमी धाग्याचा शोध लागल्यानंतर थोड्याच दिवसात रेशमी कपड्याची चीनमधून रोम या देशात निर्यात होऊ लागली.

फार फार वर्षांपूर्वीची गोष्ट. चीनमधील एका खेड्यात एक गरीब मुलगी राहत होती. दिसायला अतिशय सुंदर होती ती. तिच्या सौंदर्याची मोहिनी चीनच्या सम्राटावर पडली. तो स्वत: मध्यमवयीन होता, पण राजाच तो! त्यामुळे त्या मुलीच्या मनाविरुद्ध तिच्या वडिलांनी तिचा हात राजाच्या हाती दिला व ती त्याची राणी बनून राजवाड्यात राहू लागली. पण तिचं मन काही तिथं रमेना. राजघराण्यातील लोकांवर अनेक प्रकारचे निर्बंध असतात. ते तिला जाचक वाटत. तिला जन्मभराची काबाडकष्टांची सवय होती. त्यामुळे राजमहालातील सुखशय्या तिला बोचू लागली. तिथलं ऐषारामी, निष्क्रिय आयुष्य तिला रुचेना. राजाला खूप काम असायचं. त्याला आपल्या राणीसाठी वेळ नव्हता. ती खूप एकाकी झाली. तिला उल्हसित करण्यासाठी राजाने तिला जडजवाहीर, अलंकार, आभूषणं आणली. राजवाड्यात मेजवान्या, संगीतसभा आयोजित केल्या. तरीपण राणी उदासच बसून राही. ती एका खेड्यातल्या कष्टकरी कुटुंबातली होती. तिला असं काम न करता बसून राहणं मानवत नव्हतं.

एक दिवस दुपारच्या वेळी राणी राजवाड्यासमोरील उद्यानात तुतीच्या झाडाखाली चहाचे घुटके घेत बसली होती. इतक्यात जोराचा वारा सुटला आणि झाडावरून काहीतरी टपकन राणीच्या हातातल्या चहाच्या पेल्यात पडलं. पेल्यातला चहा खराब झाल्यामुळे राणीला मनातून चीड आली. तेवढ्यात तिचं लक्ष गेलं तर पेल्यात पडलेली ती गोष्ट हळूहळू उलगडू लागली होती. राणीने नीट निरखून पाहिलं, तर तो एक कोश होता. त्या कोशातून एक नाजूक चमकदार धागा उकलून बाहेर आला होता. राणीने तो धागा अलगद बोटावर उचलला, पण आश्चर्याची गोष्ट म्हणजे तो धागा इतका नाजूक असूनही तुटला नाही. तिनं तो हळूहळू आपल्या बोटाभोवती गुंडाळण्यास सुरुवात केली.

राणीच्या डोक्यात एक कल्पना चमकली. त्या झाडावर असे आणखी बरेच कोश दडलेले असणार. ते कोश जर आपण गरम पाण्यात टाकले तर आपल्याला

असे बरेच धागे मिळतील. मग तिने आपल्या नोकरांना बोलावून उद्यानातील सर्व तुतीच्या झाडांवरून जेवढे मिळतील तेवढे कोश जमा करून आणण्यास सांगितलं. थोड्याच वेळात बरेच कोश जमा झाले. राणीच्या सूचनेवरून तिच्या नोकरांनी ते गरम पाण्यात टाकल्यवर ते हळूहळू उकलू लागले. मग राणीच्या नोकरांनी अलगद बोटांनी त्या प्रत्येक कोशातून रेशमाचे धागे जमा केले.

त्यानंतर राणीने एक माग घेऊन त्यावर त्या चमकदार धाग्यांपासून एक सुंदरसं वस्त्र विणलं. अशा रीतीने मुलायम, चमकदार व घट्ट अशा रेशमी वस्त्राचा जन्म झाला. अशा तऱ्हेचं वस्त्र परिधान करणं ही राजघराण्यात जन्म घेतलेल्या व्यक्तींची खासियत बनली.

राणीला हा एक नवाच छंद जडला. आता तिला दिवसाचा वेळ पुरेना. तिने तुतीच्या झाडांची लागवड केली व त्यांवरून कोश काढून आणणे, ते उकळत्या पाण्यात घालून त्यापासून रेशमी धागा बनवणे व अखेर त्या धाग्यांपासून वस्त्र विणणे अशा सर्व प्रक्रियेसाठी तिने बऱ्याच लोकांची नेमणूक केली.

थोड्याच दिवसांत चीन देश रेशमी वस्त्रांच्या उत्पादनात अग्रेसर बनला.

चिनी लोकांना आपल्या रेशमी वस्त्राचा फारच अभिमान होता. आपण रेशीम कसं तयार करतो याचं गुपित ते कधीच पोटातून ओठावर आणत नसत. अगदी शेजारपाजारच्या देशातून कुणीही विद्या शिकण्यासाठी आलं, तरी ते त्याला परत पाठवत असत.

एकदा शेजारच्या राज्याचा राजा चीन देशात आला. तो दिसायला देखणा होता. त्याला खरं तर रेशीम उत्पादनाची कला शिकायची होती, पण ती कला इथं आपल्याला कुणी सहजासहजी शिकवणार नाही याची त्याला पूर्ण कल्पना होती. त्यामुळे त्याने चीन देशाच्या राजकन्येला मागणी घातली.

राजाने तात्काळ या विवाहाला मान्यता दिली. तरीपण आपल्या देशातील रेशीम उत्पादनाचं गुपित आपल्या राजकन्येसोबत तिच्या पतिगृही जाता कामा नये, असा त्याचा आग्रह होता.

राजकन्या जेव्हा सासरी जायला निघाली तेव्हा राजाने आपल्या विश्वासू दासदासीं-करवी तिच्या नकळत तिच्या सामानाची झडती घेतली. तिच्या सामानात रेशमाचा कोश किंवा अळ्या सापडल्या नाहीत.

राजकन्या फार हुशार होती. रेशीम विणण्याच्या कलेत ती पारंगत होती. तिने एक कोश आपल्या केशरचनेत लपवून ठेवला होत. पतिगृही गेल्यावर तिनं तुतीच्या झाडांची लागवड केली व स्वत:चं रेशीम उत्पादन सुरू केलं. अशा रीतीने रेशीम बनवण्याचं गुपित चीन देशाबाहेर पडलं.

कोरिया या देशातही या रेशमाच्या जन्माविषयी अनेक लोककथा प्रचलित आहेत.

खूप खूप वर्षांपूर्वी एका गावात एक वृद्ध जोडपं राहत होतं. त्यांना उतारवयात एक मुलगी झाली होती. ती त्यांची लाडकी होती. ते तिच्यावर प्राणापलीकडे प्रेम करत. ती लहान असताना एक दिवस ती वेगळाच हट्ट धरून बसली. तिला खेळायला घोड्याचं पिल्लू हवं होतं. तिचा हा हट्टही तिच्या मातापित्यांनी पुरवला. त्यानंतर दिवसातील एक क्षणसुद्धा ती त्याला आपल्या नजरेआड होऊ देत नसे. इतकंच नव्हे, तर ती असंही म्हणायची, "मी मोठी झाले, की याच्याशी लग्न करणार आहे." तिचं हे बोलणं ऐकून तिच्या आईवडिलांना हसू येई.

पण तिचं हे वेड वाढतच गेलं. बघता बघता ती उपवर झाली. तिच्या आईवडिलांनी तिच्यासाठी वरसंशोधन सुरू केलं. पण अजूनही तिचं वेड कायम होतं. ती म्हणे "मी याच्याशीच लग्न करणार. तुम्ही आम्हा दोघांना अलग करू

शकत नाही.''

अखेर तिचे आईवडील चिंतेत पडले. सर्व उपाय थकल्यावर एक दिवस त्यांनी एक निर्णय घेतला. त्यांची मुलगी बाहेर गेलेली असताना त्यांनी तिच्या घोड्याला एक डोंगराच्या माथ्यावर नेलं व तिथून त्याचा कडेलोट केला. त्यांना तसं करताना अतीव दु:ख झालं; पण जोपर्यंत हा घोडा आहे, तोपर्यंत आपली मुलगी लग्नाला तयार होणार नाही, असं त्यांना मनोमन वाटत होतं. त्यामुळेच त्यांना हा दु:खद निर्णय घ्यावा लागला होता. ते घरी आले तेव्हा त्यांची मुलगी घरी परतलेली होती. तिने ताबडतोब आपल्या घोड्याविषयी विचारणा केली.

त्या दोघांनी खोटं बोलून वेळ मारून न्यायचा प्रयत्न केला. तरीपण मुलीला संशय आलाच. आपल्या आईवडिलांनी आपल्या घोड्याला नक्कीच कुठेतरी नेऊन बांधून ठेवलं असावं, असं तिला वाटलं. आपल्याला आपल्या घोड्याकडे घेऊन जावं, असा हट्ट तिने धरला. अखेर नाइलाजानं ते तिला त्या डोंगराच्या माथ्यावर घेऊन गेले. एव्हाना गडद अंधार पडला होता. पाऊसही कोसळू लागला होता. आपल्या आईवडिलांनी काय केलं असावं हे तिच्या तात्काळ लक्षात आलं.

तिने क्षणार्धात त्याच कड्यावरून उडी मारून जीव दिला. आईवडील रात्रभर शोक करत त्या जागी बसून होते. काहीतरी चमत्कार घडला असेल आणि आपली मुलगी व तिचा घोडा असे दोघेही जिवंत असतील, अशी वेडी आशा त्यांच्या मनात होती.

दुसऱ्या दिवशी सकाळी ते दरीत उतरून आपल्या मुलीचा व तिच्या घोड्याचा शोध घेत फिरू लागले. तिनं ज्या कड्यावरून उडी मारली होती. त्या कड्याच्या बरोबर खाली एक गुहा होती. त्या गुहेच्या तोंडाशीच एक तुतीचं पान होतं. त्या पानावर दोन अळ्या जवळजवळ चिकटून होत्या. त्या प्रकारच्या अळ्या त्यांनी आधी कधीच पाहिल्या नव्हत्या. त्या दोघांनी त्या अळ्या घरी आणल्या. तुतीच्या झाडाची पानं आणून त्यांना खाऊ घातली.

त्या अळ्यांनी काही दिवसांनी स्वत:भोवती कोश विणून घेतले. यथावकाश त्या कोशांमधून पतंग बाहेर आले. त्या पतंगांनी जवळच्या तुतीच्या झाडाच्या पानांवर अंडी घातली व ते पतंग उडून गेले. आईवडिलांना वाईट वाटलं; पण त्या अंड्यांमधून असंख्य अळ्या बाहेर पडल्या व त्या तुतीची पानं खाऊन वाढू लागल्या. यथावकाश त्या अळ्या कोशात गेल्या. असं चक्र सुरू झालं. रिकाम्या कोशांपासून आईवडील रेशमाचे धागे काढू लागले.

आपल्या मुलीची आठवण म्हणून त्या आईवडिलांनी त्या रेशमाच्या धाग्यापासून सुरेख कापड विणलं. सर्वांनाच ते आवडलं.

■

एकी हेच बळ

गोपालपुरा गावात मारुती आणि महादेव राहत होते. ते एकमेकांचे शेजारी होते. मारुती हा गरीब होता. महादेवची आर्थिक परिस्थिती मात्र उत्तम होती. दोन्ही घरं मुलानातवंडांनी भरलेली होती.

मारुतीची परिस्थिती दिवसेंदिवस बिकट होत चालली होती. एक दिवस त्यानं हे गाव सोडून शहरात कामाच्या शोधात जाण्याचा निर्णय घेतला. आपलं सामानसुमान बांधून संपूर्ण कुटुंब निघालं. संध्याकाळ झाली. आता सगळेच थकले होते. वाटेत एका मोठ्या कदंबवृक्षाखाली त्यांनी तात्पुरता मुक्काम ठोकला.

मारुतीनं आजूबाजूचा परिसर नीट निरखून पाहिला. त्यानंतर आपल्या कुटुंबीयांना जवळ बोलावून सर्वांना कामं वाटून दिली. त्यानं आपल्या मुलाला झाडाखालची जमीन साफ करण्यास सांगितलं. आपल्या पत्नीला पाणी आणण्यास पाठवलं. आपल्या सुनेला त्यानं तीन दगडांची चूल मांडून जाळ पेटवण्यास सांगितलं व स्वत: लाकूड तोडू लागला.

त्या झाडावर एक चोर बसला होता. त्यानं जमवलेला चोरीचा मालही त्याच्याजवळच होता. तो कुतूहलाने खाली चाललेली सगळी लगबग बघत होता. नवल असं, की त्या कुटुंबाकडं अन्नधान्य तर काहीच दिसत नव्हतं आणि तरीही स्वयंपाकाची तयारी मात्र अगदी जोरात चाललेली होती.

इतक्यात मारुतीची पत्नी त्याला म्हणाली, "स्वयंपाकासाठी चूल पेटवली खरी, पण अन्न कसं शिजवू?" मारुतीने आपले हात हवेत उंच केले आणि वरच्या बाजूला बोट दाखवून म्हणाला, "काळजी नको करू. तो आहे ना. वरून बघतोय सगळं. तोच आपला अन्नाचा स्रोत आहे."

"पण काय हो धनी, तो कसा मदत करणार आपल्याला?

"आपण संख्येनं इतके जास्त आहोत. सगळे मिळून प्रयत्न करू. एकजुटीनं."

हे शब्द ऐकून मात्र चोर काळजीत पडला. एवढं मोठं कुटुंब. शिवाय एकजुटीनं काम करणारं. या सर्वांनी मिळून जर का आपल्यावर हल्ला चढवला तर आपण एकटे काही त्यांचा प्रतिकार करू शकणार नाही, अशी त्याची खात्रीच पटली. त्याने आपली लूट खाली टाकली. सर्वजण त्याभोवती जमा

झाले. कोणाचंही आपल्याकडे लक्ष नाही हे पाहून तो झाडावरून मागील बाजूनं उडी मारून निसटला.

मारुती व त्याच्या कुटुंबीयांचा आनंद गगनात मावेना. अचानक एका मळक्या गाठोड्यातून जडजवाहीर निघालं. आता त्यांनी शहरात कामाला जाण्याचा आपला बेत रद्द केला व परमेश्वराचे मनोमन आभार मानून ते आपल्या गावी परतले.

ही बातमी बोलता बोलता गावात पसरली. मारुतीचं नशीब अचानक उघडलं. त्याची गरिबी दूर झाली.

आपले गरीब शेजारी अचानक श्रीमंत झालेले पाहून महादेवला असूया वाटू लागली. त्याला ते सहन होईना. तो मारुतीकडे गेला आणि त्यानं सगळी हकिकत विचारली. मारुती चांगल्या स्वभावाचा होता, त्यामुळे त्यानंही सर्व काही जसं घडलं तसं सांगितलं.

महादेव घाईनं घरी आला. त्यालाही याच मार्गानं संपत्ती प्राप्त करण्याची इच्छा झाली. त्यानं आपल्या कुटुंबीयांना आपली योजना समजावून सांगितली. त्यासाठी आपण जात आहोत असंही त्यांना सांगितलं.

सर्वजण त्या झाडापाशी आले. महादेवनं सर्वांना बोलावून कामं वाटून

दिली. कोणाला झाडाखालची जागा साफ करायला सांगितलं, तर कोणाला पाणी आणायला पाठवलं.

फरक एवढाच होता, की मारुतीच्या कुटुंबीयांप्रमाणे महादेवचे कुटुंबीय सुस्वभावी आणि आज्ञाधारक नव्हते. ते महादेवचं काहीच ऐकत नसत. प्रत्येकजण फक्त स्वत:चाच विचार करण्यात गर्क होता. काही वेळातच आपल्या हातात जी धनदौलत येणार आहे, त्यातील आपला वाटा किती असेल आणि त्याचा कसा विनियोग करायचा असं प्रत्येकाचं स्वप्नरंजन चाललं होतं. महादेवने आपल्या सुनेला नदीवर पाणी आणण्यास पाठवलं; पण तिनं नदीवर जाऊन स्नान केलं आणि पाणी न भरून आणताच ती परत आली. त्यानं आपल्या एका मुलाला चुलीसाठी लाकूडफाटा जमा करण्यास पाठवलं होतं, पण तो दूरच्या एका झाडाखाली जाऊन झोपला. महादेवनं सर्वांना काही ना काही काम नेमून दिलं खरं, पण तो स्वत: मात्र काही न करता नुसताच बसून होता.

ज्या झाडाखाली महादेव बसला होता त्या झाडाच्या फांदीवर नेहमीप्रमाणे तो चोर बसला होता. गेल्या खेपेला त्यानं लुटून आणलेली सगळीच दौलत त्याला गमवावी लागली होती. त्याचं त्याला अतीव दु:ख झालं होतं. तो या नव्या कुटुंबाकडे बऱ्याच वेळापासून नीट लक्षपूर्वक पाहत होता. त्याला एव्हाना एक गोष्ट कळून चुकली होती. ही सर्व माणसं स्वार्थी व आपमतलबी होती. त्यांच्यात एकी अजिबात नव्हती. या लोकांपासून आपल्याला काहीही धोका नाही हे त्यानं ओळखलं होतं.

आता महादेव व त्याची पत्नी ठरल्याप्रमाणे हात जोडून प्रार्थनेसाठी उभे राहिले. त्यांनी मारुतीकडून सर्वकाही नीट शिकून घेतलं होतं.

महादेवची पत्नी म्हणली, ''चूल पेटवून तयार आहे. पण अन्न कसं शिजवू?'' महादेव हात वर उंचावून म्हणाला, ''काळजी करू नको. तो वरून सगळं काही बघतोय तोच आपला अन्नाचा स्त्रोत आहे.''

''पण काय हो धनी? तो कसा मदत करणार आपल्याला?''

''आपण संख्येनं इतके जास्त आहोत. सगळे मिळून एकजुटीने प्रयत्न करू.''

त्यांचे ते शब्द ऐकून चिडलेला चोर उडी मारून झाडावरून खाली उतरला. त्याच्या हातात एक धारदार सुरा होता. त्याचे डोळे लाल आणि चेहरा उग्र होता. त्याला पाहताच जो तो आपला जीव वाचवण्यासाठी सैरावैरा धावू लागला. हे असं काही घडेल याची कुणालाच कल्पना नव्हती. आपल्याला हिरे, जडजवाहीर मिळणार असंच सर्वांना वाटत होतं. सगळे जिवाच्या आकांतानं ओरडत सुटले, मदतीचा धावा करू लागले, पण त्यांच्या हाका ऐकायला आजूबाजूला कोणीच

नव्हते. आता मात्र सगळे घाबरले.

चोराने या परिस्थितीचा फायदा घेण्याचं ठरवलं. त्यानं लहान मुलांपासून मोठ्या माणसांपर्यंत सर्वांना लुटलं. प्रत्येकाला आपल्या अंगाखांद्यावरचे दागदागिने काढून त्याच्या हवाली करावे लागले. तो सर्वांना लुटून पळून गेला.

महादेव खाली मान घालून गावात परतला. त्याचं सर्वस्व गेलं होतं. ■

वडीलधारी माणसं

खूप खूप वर्षांपूर्वीची गोष्ट. चंद्रपुरानगरीच्या राजाचं अचानक निधन झाल्यामुळे त्या नगरीचा राज्यकारभार फार लहान वयात राजपुत्राच्या हाती आला. राजपुत्र अपरिपक्व होता. घरात सल्ला देणारं वडीलधारं कुणी नव्हतं. त्याला स्वत:ला वडीलधाऱ्या माणसांची मुळीच किंमत नव्हती. त्याला वृद्ध माणसं ही अडगळीसारखी वाटत. तरुण माणसांच्या आयुष्यात ती सतत ढवळाढवळ करून त्रास देतात असा त्याचा समज होता. त्यामुळे त्याने एक नवीन नियम काढला.

"ज्या व्यक्तीच्या वयाला साठ वर्षं पूर्ण होतील त्या व्यक्तीला आजपासून या राज्यात राहण्यास बंदी आहे. त्यांच्यासाठी मी रानात राहण्याची स्वतंत्र व्यवस्था करत असून त्यांनी कायमचं तिथे वास्तव्यास जावं आणि या नगराच्या कारभारात लुडबुड करू नये."

त्याचा हा नवा कायदा ऐकून जनता हवालदिल झाली, पण त्यांच्यासमोर काही पर्यायच नव्हता. त्यामुळे गावातील सर्व वृद्ध लोक बाडबिस्तरा गुंडाळून रानाच्या दिशेने चालू लागले.

त्याच्या शेजारच्या राज्याचा राजा अतिशय बलाढ्य आणि धूर्त होता. त्यानं या परिस्थितीचा फायदा उकळण्याचं ठरवलं. त्याने या तरुण राजाकडं एक लाकडाचा तुकडा पाठवून दिला व त्यासोबत एक खलिता पाठवला. त्यात लिहिले होते, "या लाकडाच्या तुकड्याचा वरचा भाग कोणता आणि खालचा भाग कोणता, हे ताबडतोब ओळखून दाखवावं. अन्यथा आम्ही तुमच्या राज्यावर स्वारी करू."

तरुण राजाला काय करावं ते कळेना. त्याला उत्तर सापडेना. त्याचा प्रधानही तरुणच होता. तो पुढे होऊन म्हणाला, "महाराज, मी उद्या सकाळी आपल्याला याचं उत्तर नक्की सांगतो."

दुसऱ्या दिवशी सकाळी प्रधान राजाला म्हणाला, "मला पाण्यानं भरलेलं एक पात्र द्या."

राजाच्या सेवकानं पाण्याचं पात्र आणून ठेवलं. प्रधानानं तो लाकडाचा तुकडा त्यात टाकला. त्या लाकडी तुकड्याच्या एका बाजूने पाणी आत शिरलं

व दुसऱ्या बाजूनं बाहेर पडू लागलं. त्यावर तो म्हणाला, "पाणी ज्या बाजूनं आत शिरत आहे तो झाडाच्या बुंध्याचा भाग असून ते जिकडून बाहेर पडत आहे तो झाडाच्या शेंड्याकडील भाग आहे."

हे उत्तर बरोबर होतं, त्यामुळे शेजारच्या नगराच्या राजाला, गप्प बसणं भाग पडलं.

तरुण राजा आश्चर्यचकित झाला. त्यानं प्रधानाला प्रश्न केला, "पण हे उत्तर तुला सुचलं कसं?"

त्यावर प्रधान म्हणाला, "महाराज, मला माफ करा, पण मी तुमच्या कायद्याचा भंग करून माझ्या वडिलांना माझ्या घरात ठेवून घेतलं आहे. ते वयोवृद्ध असले तरी फार वर्षांचा अनुभव त्यांच्या गाठीशी आहे. त्यांनीच मला या प्रश्नाचं उत्तर सांगितलं. त्यांनी तुमच्यासाठी एक संदेश पाठवला आहे. तो संदेश असा, 'माणसं वृद्ध झाली की त्यांची शारीरिक क्षमता कमी होते, ही गोष्ट खरी; पण त्यांच्याकडच्या समृद्ध अनुभवातून आपला फायदा होऊ शकतो.

त्याचप्रमाणे व्यवहारीपणाच्या भरकटणाऱ्या गाड्याला प्रसंगी खीळ लावण्याचं कामही त्यांचे अनुभवाचे बोल करू शकतात.' "

प्रधानाच्या वडिलांचा हा संदेश ऐकून राजा खजील झाला. त्याने आपला हुकूम मागं घेतला. नगराबाहेरच्या रानात राहत असलेल्या सर्व वृद्धांना सन्मानपूर्वक परत बोलावलं व त्यांच्यातील काही व्यक्तींची आपल्या दरबारात आणि सैन्यात सल्लागार म्हणून नेमणूक केली.

■

अतिशहाण्याचा बैल रिकामा

वसंतसेन हा एक धनाढ्य जमीनदार होता. त्याला एकुलता एक मुलगा होता. त्याचं नाव चंद्रसेन. चंद्रसेन खूप लाडाकोडात वाढल्यामुळे त्याचा स्वभाव कमालीचा हट्टी बनला होता. त्याला आपल्याजवळच्या कोणत्याही गोष्टीतील वाटा काढून दुसऱ्याला देण्याची सवयच नव्हती.

एक दिवस वसंतसेनास आपल्याजवळची एक गाय विकायची होती. चंद्रसेन त्याला म्हणाला, "पिताजी हे काम मी पार पाडतो."

"चंद्रसेन, अरे तुला अशा कामाचा अनुभव नाही. कोणताही सौदा करताना फार सावधगिरी बाळगावी लागते. नाहीतर भामटे लोक फसवतात. आत्ता आपण असं करू, तू नुसता माझ्याबरोबर ये आणि संपूर्ण व्यवहार मी कसा करतो, ते बघ. मग पुढच्या वेळेपासून तू स्वतंत्रपणे कोणताही व्यवहार पार पाडू शकशील." वसंतसेन त्याला समजावत म्हणाला.

त्यावर चंद्रसेन रागानं म्हणाला, "खरेदी विक्रीचे व्यवहार कसे करतात, ते मला माहीत आहे. मला कोणाच्याही उपदेशाची गरज नाही."

वसंतसेन हे ऐकून गप्प बसला.

चंद्रसेन गाय घेऊन विकण्यासाठी बाहेर पडला. त्याच्या गळ्यात सोन्याची जाडजूड साखळी आणि पाचही बोटांत अंगठ्या होत्या. तो स्वत: घोड्यावर बसला होता आणि त्यानं गायीच्या गळ्यात दोरी बांधून तिचं एक टोक आपल्या हातात धरलं होतं.

वसंतसेनला बोलल्यावाचून राहवेना. तो म्हणाला, "अरे तू धंद्यासाठी बाहेर पडतोयस ना? मग आपल्या श्रीमंतीचं असं प्रदर्शन मांडणं मुळीच योग्य नव्हे. कधीकधी त्यामुळे आपलं फार नुकसान होऊ शकतं."

"मला सगळं कळतं. मला तुम्ही काही शिकवू नका." चंद्रसेन ओरडला.

आता मात्र वसंतसेन गप्प बसला.

तो आपल्या गावातून बाहेर पडून शहराकडे निघाला. वाटेत त्याला तीन भामटे भेटले. चंद्रसेन किती मूर्ख आहे, हे त्यांनी एका दृष्टिक्षेपातच ओळखलं. त्यांनी त्याला बनवायचं ठरवलं.

पहिला म्हणाला, "तो पहा. वसंतसेनचा अतिशहाणा मुलगा. त्याला काही कळू न देता मी त्याची गाय काढून घेतो."

त्यावर दुसरा म्हणाला, "मी त्याचा घोडा काढून घेतो."

तिसरा म्हणाला, "मी त्याचे दागिने आणि कपडे काढून घेईन."

मग ते सर्वजण गुपचुप चंद्रसेनच्या पाठोपाठ चोरपावलांनी निघाले. पहिल्या भामट्याने गुपचुप चंद्रसेनाच्या गाईचा दोर कापला आणि गाय पळवली, पण त्याच वेळी त्याने एक घंटा त्या दोराला बांधून ठेवली. चंद्रसेन पुढे जातच राहिला. घंटेच्या आवाजामुळे त्याला वाटलं, आपली गाय आपल्या मागोमाग येत आहे. त्याला किंचितही संशय आला नाही

थोड्या वेळाने तो कंटाळला. ऊनही झालं होतं. वाटेत झाडाखाली थांबून जरा विश्रांती घ्यावी म्हणून घोड्यावरून उतरला. बघतो तर काय, त्याची गाय कुठेच दिसेना. तो चिंताग्रस्त चेहऱ्यानं इकडेतिकडे शोधू लागला.

इतक्यात दुसरा भामटा पुढे होऊन गोड आवाजात म्हणाला, "काय झालं? तुम्ही इतके चिंताग्रस्त का?"

"अहो, माझी गाय हरवली आहे."

"तुमची गाय पांढरी शुभ्र होती का? तिची शेपटी काळी होती का?'

"हो, हो. अगदी बरोबर."

"मी मघाशी एका माणसाला त्या गाईला घेऊन जाताना पाहिलं. तो त्या दिशेने गेला." असं म्हणून त्या भामट्याने भलत्याच दिशेला खूण केली.

"तुम्ही मला मदत कराल?" चंद्रसेननं विचारलं.

"हो. जरूर. तुम्ही एक काम करा. मला हा घोडा थोड्या वेळासाठी द्या. म्हणजे मी वेगाने त्या माणसाचा पाठलाग करतो आणि तुमची गाय परत आणतो. शिवाय त्या चोरालाही पकडून आणतो."

चंद्रसेनला ते पटलं. त्याने आपला घोडा त्या भामट्याच्या हवाली केला. भामटा घोड्यावर बसून भरधाव निघून गेला. चंद्रसेन झाडाखाली त्याची वाट बघत बसला. कित्येक तास लोटले. घोड्याचाही पत्ता नाही आणि गाईचाही पत्ता नाही. अखेर निराश होऊन चंद्रसेन चालत चालत घरी निघाला.

वाटेत त्याला एक विहीर लागली. त्या विहिरीपाशी तिसरा भामटा सचिंत मुद्रेनं उभा होता. चंद्रसेननं त्याची चौकशी केली.

भामटा म्हणाला, "मी हिऱ्यांचा व्यापारी आहे. माझी हिऱ्यांनी भरलेली संदूक चुकून माझ्या हातून विहिरीत पडली. मला पोहता येत नाही. माझी आयुष्यभराची कमाई अक्षरश: पाण्यात गेली हो."

चंद्रसेनने जरा वेळ विचार केला. आता मात्र आपण आपली फसगत करून घ्यायची नाही. आपले वडील आणि गावातील इतर लोक नक्कीच छी थू करतील. आता कसं तरी करून चोरीला गेलेल्या गाईच्या आणि घोड्याच्या किमतीपेक्षा जास्त रक्कम मिळवून मगच गावी परत जावं, हे बरं.

मग तो भामट्याला म्हणाला, "मला पोहता येतं. मी विहिरीत उतरून तुमची संदूक काढून देईन, पण या कामाचा मोबदला म्हणून मला तुम्ही वीस सुवर्णमुद्रा द्यायला हव्या."

भामट्याचा चेहरा उजळला. तो म्हणाला, "काहीच हरकत नाही. तुम्ही माझी संदूक बाहेर काढा, की लगेच मी तुम्हाला वीस सुवर्णमुद्रा देईन."

पण चंद्रसेन स्वत:ला फारच धोरणी समजत असल्याने तो म्हणाला, "तसं नाही. त्यातील निम्मी रक्कम तुम्ही मला आधी द्या. तरच मी विहिरीत उतरेन."

भामट्याने ताबडतोब दहा सुवर्णमुद्रा त्याच्या हाती ठेवल्या. मग चंद्रसेनने अंगावरचे कपडे व दागिने काढून ते विहिरीच्या काठावर ठेवले व भामट्याला त्यांच्यावर लक्ष ठेवण्यास सांगितलं. इतकंच नव्हे, तर त्याच्याकडून घेतलेल्या सुवर्णमुद्रासुद्धा त्यालाच सांभाळायला दिल्या आणि स्वत: विहिरीत उतरला.

त्याने पाण्यात बुडी मारून कितीतरी वेळ शोधलं, पण काही उपयोग झाला नाही कारण अशी काही संदूक अस्तित्वातच नव्हती. शेवटी कंटाळून तो वर आला. पाहतो तर काय विहिरीच्या काठावर कोणीच नव्हतं. तो परका माणूस तर नव्हताच, पण चंद्रसेनचे कपडे, दागिने आणि पैसेही घेऊन तो पळाला होता.

बिचाऱ्या चंद्रसेनला तसंच ओलेत्यानं घरी परतावं लागलं. अति शहाण्याचा बैल रिकामा म्हणतात ना!

■

विंचवांचं दुकान

एका गावात मरूधर नावाचा व्यापारी राहत होता. तो वयाने तरुण व स्वभावाने सहनशील, सत्प्रवृत्त होता. त्याला एक घर विकत घेऊन संसार थाटायची इच्छा होती. शेजारच्याच गावात असं एक घर विक्रीस असल्याचं त्याला समजलं व तो तिकडे गेला.

तिथं त्याची गाठ कमलाकरशी पडली. कमलाकर एक गरीब माणूस होता. तो मूळचा खानदानी श्रीमंत घराण्यातील असूनही दैवाचे फासे उलटे पडल्यामुळे त्याची सांपत्तिक स्थिती आता फारच खालावली होती. कमलाकर ज्या घरात राहत होता, ती भली मोठी हवेलीच फक्त आता शिल्लक होती. परंतु कमलाकरच्या डोक्यावर कर्जाचा इतका बोजा होता, की ते कर्ज फेडण्यासाठी त्याला आता ही हवेली विकणं भाग होतं.

मरूधरला ती हवेली पसंत पडली व त्यानं ती तात्काळ विकत घेतली. काही दिवसांनी त्याने त्या घरातील काही पडझड झालेल्या भागाचं नूतनीकरण करण्याचं ठरवलं. नूतनीकरणाच्या वेळी घराच्या तळमजल्यावरील फरशीच्या खाली एक गुप्त कप्पा त्याला आढळला. मरूधरने तो बंद कप्पा उघडताच त्यातून एक जुनी पुराणी जड अशी पेटी निघाली.

मरूधरने ती पेटी उघडताच त्याला आश्चर्याचा धक्का बसला. ती पेटी जिवंत विंचवांनी भरलेली होती. मरूधरने घाबरून ती पेटी बंद केली. हे असं विचित्र कसं काय घडलं असावं? त्यापाठीमागे नक्की कोणतं रहस्य दडलेलं असावं– या विचारांनी त्याला ग्रासून टाकलं. त्याला झोप लागेना की चैन पडेना.

अखेर तो गावातील एका वयोवृद्ध, विद्वान गृहस्थांकडे गेला व त्याने त्यांना घडलेली सर्व हकिकत जशीच्या तशी सांगितली.

ते वृद्ध गृहस्थ थोडा वेळ विचारात पडले. नंतर ते म्हणाले, "तू ज्याच्याकडून हे घर विकत घेतलंस त्याचं नाव कमलाकरच ना? या कमलाकरच्या पूर्वजांनी आपली संपत्ती एका पेटीत भरून घरातील गुप्त जागी साठवून ठेवली असावी. असं म्हणतात– 'अशा गुप्त धनाचा लाभ जर त्या संपत्तीच्या खऱ्याखुऱ्या वारसाला होण्यासारखी परिस्थिती नसेल आणि ती संपत्ती इतरांच्या नजरेला

पडली, तर ती त्यांना वेगळ्याच स्वरूपात दिसते.' अर्थात हे मी केवळ ऐकलेलं आहे. ती गोष्ट खरी आहे की नाही, याची मला मात्र काही कल्पना नाही.''

त्यांनी दिलेलं हे स्पष्टीकरण मरूधरला जरा विचित्र वाटलं. तो घरी परतला. ती पेटी आपण सरळ रानात फेकून द्यावी. नाहीतरी आपल्याला तिचा काहीच उपयोग नाही. असा विचार तो मनाशी करू लागला, पण का कोण जाणे, तसं करायला त्याचं मन धजावेना. त्याला मनातून फार अस्वस्थ वाटू लागलं.

आपण या घराच्या मूळ मालकाचा – कमलाकरचा – शोध घ्यावा असं त्यानं ठरवलं. त्याप्रमाणे त्यानं आजूबाजूच्या सर्व गावांमध्ये चौकशीसाठी माणसं पाठवली. पण कमलाकरचा ठावठिकाणा काही त्याला लागू शकला नाही.

मग त्याला एक युक्ती सुचली. त्याने त्या पेटीतून चार विंचू बाहेर काढले आणि आपल्या दुकानात बाहेरच्या बाजूला टांगून ठेवले.

जो कोणी त्याच्या दुकानात खरेदीसाठी येई, तो म्हणे, ''मरूधर? तुला वेड तर नाही लागलं? हे विंचू कशाला टांगून ठेवले आहेस दुकानात? ते काय सुंदर

आहेत, का तुझ्या उपयोगाचे आहेत? उलट किती भीतीदायक आहेत ते.''

त्या माणसाचं हे बोलणं ऐकून मरूधर केवळ स्मितहास्य करी. तो कोणालाही उत्तर देत नसे.

काही दिवसांतच मरूधरच्या दुकानाचं नाव 'विंचवांचं दुकान' असं पडलं.

असे दिवस गेले...महिने गेले... वर्षं लोटली.

मरूधर आता म्हातारा झाला होता. अजूनही त्याला हवेलीत सापडलेल्या गुप्तधनाचा खरा वारसदार सापडलेलाच नव्हता. मरूधरला या गोष्टीचं मनोमन दुःख होई.

एक दिवस मरूधरच्या दुकानात एक तरुण मुलगा आला. तो म्हणाला, ''धनी, मी खूप गरीब आहे. पण मी अभ्यासू आणि मेहनती आहे. मला खूपखूप शिकून मोठं व्हायचंय. मला थोडी आर्थिक मदत कराल का? फार फार उपकार होतील.''

त्यावर मरूधर म्हणाला, ''बेटा, मी एक साधासुधा दुकानदार आहे. मी काही खूप श्रीमंत नाही. मला जी काही थोडीफार मदत करता येईल ती मी जरूर करेन हो!''

त्याचे ते शब्द ऐकून तो मुलगा उपरोधाने हसून म्हणाला, ''धनी, तुमची मदत करण्याची इच्छा नसेल तर सरळ तसं सांगा, पण मी श्रीमंत नाही असं

असत्य तरी सांगू नका. एखादा दुकानदार जर भर बाजारात असलेल्या आपल्या दुकानात समोरच्या बाजूला चार चार सुवर्णमुद्रा टांगून ठेवत असेल, तर त्याला काय गरीब म्हणायचं का?''

त्याच्या तोंडचे हे शब्द ऐकताच मरूधरला अत्यानंद झाला. त्यानं त्या मुलाला जवळ बोलावून पोटाशी धरलं. तो म्हणाला, ''तू कमलाकरचा नातेवाईक आहेस का? तुझे पूर्वज याच गावात राहत होते का?''

त्यावर तो मुलगा म्हणाला, ''हो. माझं स्वत:चं नावच मुळी कमलाकर आहे. माझ्या आजोबांचं नाव पण कमलाकर होतं. त्यावरूनच माझं ते नाव ठेवण्यात आलं. तुम्ही म्हणता त्याप्रमाणे माझे पूर्वज इकडेच कुठेतरी राहत होते, पण आता इथं आमचं काहीच नाही.''

''म्हणजे या सर्व संपत्तीचा खरा मालक तूच आहेस.'' मरूधर म्हणाला.

त्यानंतर त्यानं त्या मुलाला सर्व कहाणी सांगितली व आपल्या घरी नेऊन ती पेटी त्याच्या स्वाधीन केली.

मरूधरचं बोलणं ऐकून त्या तरुण मुलाचं हृदय हेलावलं. त्याच्या डोळ्यांतून पाणी वाहू लागलं. त्यानं कापऱ्या हातांनी ती पेटी उघडली. ती सुवर्णाच्या मोहरांनी गच्च भरलेली होती. तो मुलगा कृतज्ञतापूर्वक म्हणाला, ''आमच्या कुटुंबाची ही ठेव तुम्ही इतकी वर्षं निर्मोही वृत्तीनं जतन केलीत. माझ्याइतकाच तुमचाही या संपत्तीवर हक्क आहे. आपण ही संपत्ती अर्धी अर्धी वाटून घेऊ.''

■

गाढवाची गोष्ट

अनुराधापूर गावाच्या मुख्य रस्त्यावर नेहमी खूप रहदारी असे, पण त्या रस्त्याच्या मधोमध एक विचित्र गोष्ट होती. रस्त्याच्या मधोमध एक भला मोठा दगड होता. दगडावर दोन आकृत्या कोरलेल्या होत्या. एक आकृती एका भल्यामोठ्या भक्कम नक्षीदार काठीची तर दुसरी एका गाढवाची होती. लोक येता जाता आश्चर्याने त्या विचित्र आकृत्यांकडे बघत. पण कोणालाच त्यापाठीमागे दडलेला अर्थ समजत नव्हता.

एक दिवस काही लोकांनी हा अर्थ शोधून काढण्याचा चंगच बांधला. ते शेजारच्या गावातील आश्रमात गेले. त्या आश्रमाचा मठाधिपती खूप विद्वान होता, पण तो यात्रेला गेलेला होता. आश्रमात त्याचा शिष्य होता. काही लोक अर्ध्या हळकुंडाने पिवळं होण्यात धन्यता मानणारे असतात, हा शिष्यही त्यातलाच होता. त्याला स्वत:च्या ज्ञानीपणाचा गर्व होता. तो त्या लोकांबरोबर त्यांच्या गावातील दगडापाशी गेला. त्यावर कोरलेल्या आकृत्या पाहून त्याने क्षणभर विचार केला आणि खूप मोठेपणाचा आव आणून म्हणाला, "तुम्हा लोकांना काही कळत नाही. ही जी काठी आहे ना, ती दैवी शक्ती असलेली, मंतरलेली काठी आहे. तुम्ही रोजच्या रोज या काठीची मनोभावे पूजा करत जा. नाहीतर एक दिवस ही काठी तुमचं गाढवात रूपांतर करील."

त्याच्या तोंडचे हे शब्द ऐकताच लोक घाबरले. बघता बघता ही बातमी वाऱ्यासारखी पसरली. भीतीपोटी लोक त्या काठीच्या आकृतीची पूजा करू लागले. गावोगावचे लोक आता त्या ठिकाणी येऊ लागले. थोड्याच दिवसात त्या गावाला एखाद्या तीर्थक्षेत्रासारखं महत्त्व प्राप्त झालं.

काही दिवसांनंतर मठाधिपती साधू परत आला. आपल्या शेजारच्या गावाचं हे बदललेलं रूप पाहून तो अचंबित झाला. कुतूहलापोटी तो त्या दगडाच्या जवळ गेला. त्याने तिथे चाललेल्या पूजाअर्चा पाहिल्या. त्यानंतर त्याने जवळ जाऊन दगडात कोरलेल्या दोन आकृत्यांचं नीट निरीक्षण केलं. त्यावर त्याने बराच विचार केला.

त्याच मध्यरात्री तो एक भली मोठी लोखंडाची कांब घेऊन परत त्या दगडापाशी गेला. आपली सर्व शक्ती पणाला लावून त्याने त्या कांबेच्या साहाय्यानं तो दगड बाजूला केला. त्या खालची जमीन जराशी खणल्यावर त्याला एक मोठा हंडा सापडला. तो हंडा सुवर्णमुद्रांनी भरलेला होता.

त्यानंतर त्याने गावच्या सर्व लोकांना त्या ठिकाणी बोलावून घेतलं. त्यांची चांगली खरडपट्टी काढली आणि म्हणाला, ''अंधविश्वासाने कोणत्याही रूढीचं पालन करू नका. त्यामागची कारणपरंपरा आधी नीट समजून घ्या. त्या काठीच्या आकृतीमागे दडलेला अर्थ असा, की हा दगड एखाद्या भक्कम लोखंडी कांबेच्या साहाय्याने हलवल्यास त्याखाली दडलेला गुप्तधनाचा साठा तुमच्या हाती लागेल, पण तसं न कराल तर तुम्ही या गाढवाइतकेच निर्बुद्ध ठराल. पण हे नीट समजून न घेता तुम्ही या दगडाला देव मानून त्याची पूजा करत बसलात. आता तरी जागे व्हा. या संपत्तीचा विनियोग तुमच्या गावातील रस्ते सुधारण्याच्या कामी करा.''

हे सर्व चालू असताना त्या मठाधिपती साधूचा शिष्य मात्र शरमेनं मान खाली घालून शेजारी उभा होता.

■

जादूचा घडा

विदुर हा एक गरीब माणूस होता, पण तो मनानं प्रेमळ आणि परोपकारी होता. तो अडीअडचणीत सापडलेल्यांना आपल्या परीने मदत करायचा. त्याचा मित्र विनित हा त्याच्या जवळच राहत असे. तो खूप श्रीमंत होता. विदुर जरी गरीब असला तरी त्याच्या अंगच्या चांगुलपणामुळे तो लोकप्रिय होता. सर्वजण त्याला आदर दाखवत. नेमक्या ह्याच गोष्टीमुळे विनितला विदुरची असूया वाटे.

एकदा रात्रीच्या वेळी एक अनोळखी माणूस विनितच्या दारात आला. तो थकला-भागलेला आणि भुकेला होता. बाहेर मुसळधार पाऊस पडत होता. त्या माणसानं विनितकडे एका रात्रीपुरत्या निवाऱ्याची याचना केली. 'पोटाला चार घास अन्न द्या.' अशी विनवणी केली, पण विनितने स्पष्ट शब्दात नकार दिला. मी अनोळखी, आळशी माणसांना मदत करत नाही, असं म्हणून त्याने त्या माणसाला घालवून दिलं.

त्यानंतर तो माणूस शेजारीच राहत असलेल्या विदुरकडे आला. विदुर तेव्हा जेवायला बसतच होता. एवढ्यात त्याने दरवाज्यावरची थाप ऐकली. त्याने दार उघडून त्या परक्या पांथस्थाला घरात घेतलं, त्याला आपल्या घासातला घास काढून दिला आणि रात्री झोपण्यासाठी अंथरूण तयार करून दिलं.

सकाळ उजाडली. तो पांथस्थ जायला निघाला. जाताना त्यानं आपल्याजवळच्या झोळीतून दोन वस्तू काढून विदुरच्या हातात ठेवल्या. एक लहानसा मातीचा घडा आणि एक मळकट फडकं. तो विदुरला म्हणाला, "तू तुझ्या क्षमतेबाहेर मदत केलीस मला. किती नि:स्वार्थी आहेस तू. आपल्या घासातला घास काढून मला दिलास. मी त्याबद्दल तुला या दोन वस्तू देतोय. तुला आयुष्यात कधी ना कधीतरी या गोष्टीची मदत होईलच. पण याचा वापर स्वत:बरोबर इतरांच्याही कल्याणासाठी कर. तसंच या वस्तूंचं नेहमी रक्षण कर."

एवढं बोलून तो परका माणूस निघून गेला. परंतु त्या वस्तूंचा वापर नक्की कसा करायचा, हे काही त्याने विदुरला स्पष्ट करून सांगितलं नाही.

त्या दोन्ही वस्तू वरकरणी तरी अगदी सामान्यच दिसत होत्या. त्यांचं काय करावं हे न सुचून त्याने त्या कपाटात ठेवून दिल्या.

एक दिवस घरातले सगळे पैसे संपले होते. बाजारात जाऊन मोलमजुरी करून चार पैसे कमवावे, असा विचार करून तो घराबाहेर पडला. बाहेर फार ऊन होतं म्हणून परत घरी आला. कपाटातून टोपी काढण्यासाठी त्याने कपाट उघडलं तर समोरच तो मातीचा घडा आणि ते फडकं होतं. टोपीऐवजी ते फडकंच डोक्याला गुंडाळावं असा त्याने विचार केला. पण त्याआधी त्यानं त्यावरची धूळ झटकण्यासाठी ते फडकं हवेत जोरात झटकलं. त्याबरोबर त्यातून एक सोन्याचं नाणं बाहेर पडलं. या फडक्यातून नाणं कसं काय पडलं असावं, ते कोडं त्याला उलगडेना. त्यानंतर त्यानं ते फडकं अनेकवार झटकून पाहिलं. पण त्यानंतर मात्र त्यातून नाणं किंवा दुसरी काहीही गोष्ट पडली नाही. ते एक सोन्याचं नाणं मिळाल्यावरही विदुरला अत्यानंद झालाच होता, तो काही कमी झाला नाही. त्याने देवाचे आभार मानले व ते नाणं विकून घरासाठी लागणारं अन्नधान्य व इतर गोष्टी आणल्या.''

काही दिवसांनतर विदुरला पैशांची परत एकदा गरज भासली. त्याने कपाटातून

फडकं काढून झटकलं आणि परत त्याला एक सोन्याचं नाणं प्राप्त झालं. मग असा प्रघातच पडला. पैशांची चणचण भासली की विदुर ते फडकं काढून झटके व त्याला एक नाणं मिळे. विदुरने या पैशाचा उपयोग केवळ स्वत:साठी न करता लोककल्याणासाठी करण्यास सुरुवात केली. त्याच्या दानशूरपणाची ख्याती सर्वत्र पसरली व तो लोकप्रिय झाला.

विनितला आपल्या मित्राचा आता अधिकच दुस्वास वाटू लागला. विदुरकडे एवढी संपत्ती अचानक कुठून आली. तो लोकांना एवढी मदत कशी काय करू

शकतो. या रहस्याचा मात्र त्याला अजून काही उलगडा होत नव्हता.

मग त्याने विदुरवर पाळत ठेवण्यास सुरुवात केली. एक दिवस तो चोरून खिडकीतून बघत असताना त्याच्या डोळ्यांसमोरच विदुरानं कपाटातून मातीचा घडा काढला. त्यावर झाकलेलं फडकं काढलं आणि त्यातून एक सोन्याचं नाणं बाहेर काढले. विनित संधी साधून रात्री विदुराच्या घरात घुसला.

त्याने गुपचुप विदुरचं कपाट उघडून तो मातीचा घडा बाहेर काढला. विदुरने त्यावर अंथरलेलं फडकं अंधारात तिथंच पडलं. विनित घाईघाईनं तो घडा घेऊन परत घरी आला.

घरी आल्यावर त्यानं घड्यात डोकावलं. घड्यात एक अतिशय सुंदर सफरचंद होतं. ते काहीतरी वेगळंच दिसत होतं. विनितनं पुढचा मागचा विचार न करता ते खाऊन टाकलं. आता आपल्याला संपत्ती प्राप्त होणार अशा आशेनं तो बसून राहिला, पण झालं भलतंच. हळूहळू त्याच्या शरीरात काहीतरी चमत्कारिक बदल होऊ लागले व काही वेळानंतर त्याचं एका गाढवात रूपांतर झालं. विनित केविलवाणेपणे रडू लागला, पण माणसाच्या रडण्याऐवजी त्याच्या तोंडातून गाढवाच्या ओरडण्याचा आवाज निघू लागला.

इकडे आपल्या घरात चोरी झाल्याचं विदुरच्या लक्षात आलं होतं. कपाट उघडं होतं. फडकं जमिनीवर पडलं होतं आणि मातीचा घडा गायब होता. इतक्यात शेजारून गाढवाच्या ओरडण्याचा आवाज येऊ लागला.

विदुर घाईघाईनं विनितच्या घरी गेला. घराचं दार सताड उघडं होतं. घरात कोणी नव्हतं. विनितचा पत्ताच नव्हता; पण त्याच्या झोपण्याच्या खोलीत एक गाढव मात्र उभं होतं. ते केविलवाणेपणाने ओरडत होतं. विदुरच्या घरातून चोरीला गेलेला मातीचा घडा तिथे जमिनीवर पडलेला होता.

काय घडलं असावं हे विदुराच्या लक्षात आलं. इतके दिवसांत त्याने त्या मातीच्या घड्याविषयी काही विचारही केलेला नव्हता. फडकं मंतरलेलं आहे, एवढाच शोध त्याला लागला होता, पण आपल्या मित्राचं गाढवात रूपांतर होण्याचा आणि आपल्या घरातून तो घडा चोरीला जाण्याचा काहीतरी परस्परसंबंध आहे, हे त्याला कळून चुकलं.

त्यानं त्या गाढवाला आपल्या घरी आणलं आणि मोठ्या प्रेमानं त्याचा सांभाळ करण्यास सुरुवात केली. आपल्या मित्राचा हा नि:स्वार्थी आणि प्रेमळ स्वभाव पाहून गाढवाचे डोळे पाण्यानं भरून येत. त्याला मनातल्या मनात स्वत:ची लाज वाटे.

एक दिवस अचानक तो पांथस्थ परत एकदा विदुराच्या घरी आला. विदुरानं त्याला घडलेली हकिकत सांगितली आणि आपल्या मित्राला या संकटातून सोडवण्याची गळ घातली. तो म्हणाला, ''महाराज, तुम्ही काहीही करा; पण माझ्या या मित्राचं परत माणसात रूपांतर करा. मी तुमच्या पाया पडतो.''

तो पांथस्थ जरा विचारात पडला. तो म्हणाला, ''मुला, तसं करण्यात एक धोका आहे. तुझा मित्र परत माणूस होईल, पण त्याचबरोबर त्या कापडातली जादूही तू गमावून बसशील. तुला तसं झालेलं चालेल का?''

त्यावर विदुर म्हणाला, ''हो. चालेल ना. नाहीतरी मी पूर्वी कुठे श्रीमंत होतो? तेव्हा जसं कष्ट करून स्वत:चं पोट भरत होतो, तसंच आताही भरेन, पण विनितची ही अवस्था मला बघवत नाही.''

मग त्या म्हाताऱ्यानं जादूचा घडा आणि कापड विदुरकडून मागून घेतलं आणि मंत्रोच्चार पुटपुटत तो निघून गेला. त्याबरोबर विनित पूर्ववत माणूस बनला. मैत्री किती महान असते हे आता त्याला पूर्णपणे कळून चुकलं होतं. त्यानं विदुरला मिठी मारली. त्यानंतर दोघे भावाभावाप्रमाणे राहू लागले. दोघांनी मिळून एकत्र धंदा सुरू केला व मेहनतीने पुष्कळ पैसा कमावला.

■

गर्वाचं घर खाली

खूप खूप वर्षांपूर्वी एका राज्यावर अमर नावाचा राजा राज्य करत होता. तो अत्यंत बुद्धिमान होता, पण तितकाच अहंमन्यसुद्धा होता. त्याला आपल्या बुद्धिचा गर्व होता. आपल्यापेक्षा कमी बुद्धिच्या लोकांना तो कमी लेखत असे. तो गर्वाने छाती फुगवून म्हणे, "मंदबुद्धी लोकांना माझ्या राज्यात जागा नाही. माझ्या राज्यांतील सर्व लोक अत्यंत बुद्धिमान आहेत आणि या गोष्टीचा मला अभिमान आहे."

राज्यापासून जरा दूर रानात एक वृद्ध मुनी राहत असत. ते राजा अमर याचे गुरू होते. तो त्यांच्याच हाताखाली शिकून अनेक विद्यांमध्ये पारंगत झालेला होता. परंतु हे यश त्याच्या डोक्यात चढलेलं आहे, याची गुरुजींना पुरेपूर कल्पना होती. आता राजा अमर याला धडा शिकवण्याची वेळ जवळ आली आहे असं त्यांना वाटलं.

त्यांनी आपल्या तीन तरुण शिष्यांना जवळ बोलावलं. त्यांची नावं होती. हरीश, महेश आणि उमेश ते यांना म्हणाले, "माणसानं खूप शिकावं, मोठं व्हावं, आयुष्यात यश मिळवावं, पण त्या यशाची धुंदी मात्र माणसाला कधी चढता कामा नये, नाहीतर त्या यशाचं मोल शून्य आहे. हा धडा राजा अमर याला शिकवण्याची वेळ आलेली आहे व हे काम तुम्ही तिघांनी करायचं आहे." तिघांनी ते मान्य केलं व गुरुंची आज्ञा घेऊन ते या कामगिरीवर निघाले.

पहिल्या दिवशी हरीश राजधानीत आला आणि थेट बाजारात गेला. तिथे एक माणूस विड्याची पानं विकायला बसला होता. हरीशने त्याला किंमत विचारली. तो माणूस म्हणाला, "दहा रुपयांना दोनशे पानं."

हरीश म्हणाला, "हे घ्या दहा रुपये, पण असं करा, आत्ता फक्त पंचवीस पानं बांधून द्या. उरलेली एकशे पंचाहत्तर पानं माझ्या माणसाकडे नंतर द्या. मी आत्ता जातो आणि माणसाला पाठवून देतो. चालेल?"

पानवाल्यानं ते मान्य केलं व हरीशकडून पैसे घेऊन त्याला पंचवीस पानं बांधून दिली.

हरीश तिथून बाहेर पडला. समोरच्याच बाजूला एका दुकानात लोकरी

शाली विकायला ठेवला होत्या. हरीशनं तिथं जाऊन एक सुंदर शाल पसंत केली आणि तिची किंमत विचारली.

"दोनशे रुपये." दुकानदार म्हणाला.

त्यावर हरीश म्हणाला, "चालेल. शाल बांधून द्या आणि हे बघा, आत्ता हे पंचवीस रुपये मी तुम्हाला देऊन पुढे जातो. समोरचा तो पानवाला आहे ना, तो माझे १७५ रुपये देणं आहे. मी त्याला चिठ्ठी देतो. ती चिठ्ठी त्याला दाखवलीत की तो ते पैसे तुम्हाला देईल. ते तुम्ही ठेवून घ्या. चालेल ना? असं म्हणून हरीशने खिशातून एक कागद काढला व त्यावर लिहिलं, "ही चिठ्ठी घेऊन येणाऱ्यास एकशे पंचाहत्तर देणे." चिठ्ठीवर त्याने फर्मास सहीपण ठोकली व ती चिठ्ठी दुकानदाराच्या हाती ठेवून ती शाल उचलून तो निघाला.

"अहो, जरा थांबा. जाऊ नका." असं म्हणून दुकानदारानं त्याला थांबवलं व आपल्या नोकराला बोलावून ती चिठ्ठी त्याच्याजवळ दिली आणि समोरच्या पानवाल्याकडे पाठवून दिलं.

नोकर पळतच पानवाल्याकडे गेला. ती चिठ्ठी पाहून पानवाला म्हणाला, "मोजून ठेवतो. जरा वेळानं येऊन घेऊन जा."

नोकर परत दुकानात आला व त्यानं तो निरोप मालकाला सांगितला. इकडे

हरीश जाण्याची घाई करू लागला. दुकानदाराला वाटलं नाहीतरी पानवाल्यानं पैसे द्यायचं मान्य केलंच आहे. मग याला जाऊ दिलं तरी काय हरकत आहे? हरीश शाल घेऊन बाहेर पडला.

थोड्या वेळानं दुकानदारानं नोकराला परत पानवाल्याकडे पाठवलं. पानवाला सावकाश एकेक पान मोजत होता. त्यानं नोकराला बसण्यास सांगितलं. थोड्या वेळानं त्याची पानं मोजून झाल्यावर त्याने ती व्यवस्थित कागदात बांधून नोकराच्या हाती ठेवली. नोकराला हा काय प्रकार आहे ते समजेना. त्यानं पानवाल्याकडे पैशांची मागणी केली. पानवाल्यानं कानावर हात ठेवले. दोघांची जोरात बाचाबाची सुरू झाली. आपल्याला हरीशनं पुरतं गंडवलं हे दुकानदाराला तर समजलंच, पण गावातही सार्‍यांना कळलं.

दुकानदार राजाचा चांगला मित्र होता. आपल्या मित्राला कोणा भामट्यानं असं फसवावं, हे राजाला आवडलं नाही. या भामट्याला पकडून शिक्षा करायची असं त्याने ठरवलं.

दुसर्‍या दिवशी दुपारच्या वेळी महेश राजधानीत आला तो थेट राजाच्या खास मर्जीतील सुताराच्या दुकानात गेला. सुताराने तिथं स्वत: बनवलेल्या अत्याधुनिक वस्तू ठेवल्या होत्या. महेशने त्या वस्तू विकत घेण्यात आपल्याला रस असल्याचा बहाणा केला. सुतार एकेक वस्तू उत्साहानं महेशला दाखवू लागला. त्याने हातात एक कुलूप उचललं. ते अर्धवर्तुळाकार, पूर्णपणे लाकडाचं बनवलेलं कुलूप होतं. ते कुलूप एकदा कुणाच्या मानेत अडकवून त्याची चावी फिरवली की ते कोणालाही काढता येणं शक्य नव्हतं.''

महेश हसून उपहासानं म्हणाला, ''काहीतरी सांगताय. मी पण व्यवसायानं सुतार आहे. माझा नाही विश्वास बसत. नुसत्या लाकडाचा वापर करून कुणाला तरी एवढं भक्कम कुलूप बनवता येईल का?''

त्यावर काही न बोलता सुतारानं आपली स्वत:ची मान त्या कुलपात अडकवली व चावी फिरवून ती महेशच्या हातात दिली. त्यानंतर त्यानं स्वत:ची मान सोडवून घेण्याचा पुष्कळ प्रयत्न केला, पण ती निघेना. सुतार महेशला म्हणाला, ''झाली खात्री? आता तुमच्याकडच्या किल्लीनं हे कुलूप उघडा पाहू.''

त्यावर महेश फक्त हसला आणि किल्ली घेऊन तिथून पळून गेला. अखेर या गोष्टीचा बराच गवगवा झाल्यावर राजाच्या सैनिकांनी येऊन ते कुलूप तोडलं आणि सुताराची सुटका केली.

वरील गोष्टींची राज्यात चर्चा सुरू झाली. राजाचा अहंकार त्यामुळे दुखावला. आपल्या राज्यात येऊन काही माणसं आपल्या जनतेला फसवत आहेत, ही गोष्ट त्याला मुळीच सहन झाली नाही. यात आपण जातीनं लक्ष घालून त्या भामट्यांना

पकडायचंच अशी त्यानं शपथ घेतली.

दुसऱ्या दिवशी मुद्दामच वेषांतर करून तो राजधानीत फेरफटका मारण्यास निघाला. फिरता फिरता तो गावाबाहेर आला. तिथे त्यानं पाहिलं तर दूरवर एक माणूस आंब्यांचा ढीग घेऊन विकायला बसला होता. पण त्याच्या जवळपास चिटपाखरू सुद्धा नव्हतं. कुतूहलानं राजा त्याच्याजवळ गेला. आपण या नगरीच्या राजा आहोत हे कळू न देता त्यानं त्या फळवाल्याला विचारलं, "तू कोण आहेस? गावच्या बाजारात फळं विकायला बसायचं सोडून तू इथं का बसला आहेस?"

तो फळवाला दुसरा तिसरा कोणी नसून उमेश होता. तो कुजबुजला, "आपल्या गावात एक भामट्यांची टोळी आली आहे. ते या गावच्या लोकांना तर फसवतातच पण त्यांचा आपल्या खुद्द महाराजांनाही फसवण्याचा डाव आहे. त्यातला एकजण आता थोड्याच वेळात इथं येणार असल्याचं माझ्या कानावर आलं आहे. त्याला पकडण्यासाठी मी इथं आंबे विकण्याचा बहाणा करून बसून राहिलो आहे. तो इथे आला, की मी त्याला बोलण्यात गुंगवून ठेवून आंबे खायला लावीन आणि गुपचुप पकडून देईन."

त्यावर राजा म्हणाला, "पण तू त्याला कसा काय ओळखशील? तू त्याला आधी पाहिलं आहेस का?

"होय हो, आणि तो या भामट्यांच्या टोळीचा म्होरक्या आहे. म्हणूनच आपल्याला सावध राहायला पाहिजे."

"पण तो दिसतो तरी कसा?" राजाला आता उत्सुकता वाटू लागली.

"तो हाऽ एवढा बलदंड आहे. त्याचा चेहरा रागीट आहे. डोळे लालबुंद आहेत."

"मला त्याला बघण्याची इच्छा आहे."

"पण त्याने जर तुम्हाला पाहिलं, तर त्याला नक्की संशय येईल. तो महा बिलंदर आहे. त्यापेक्षा तुम्ही जवळ कुठेतरी लपून बसा. तो आला की मी शीळ वाजवून तुम्हाला बोलावीन."

राजाला ती कल्पना पसंत पडली. त्याने लपण्यासाठी इकडेतिकडे पाहिलं, पण जवळपास कोणताही आडोसा नव्हता. झाड नव्हतं की काही नव्हतं. राजा बुचकळ्यात पडला.

उमेश म्हणाला, "असं करा, इथं हे जे पोतं आहे नं, त्यात लपून बसा. मी वरून चार आंबे घालतो, म्हणजे त्याला संशय येणार नाही. त्याला वाटेल, आंब्यांनी भरलेलं पोतं आहे.

राजाला ते पटलं. तो पोत्यात शिरला. उमेशनं घाईनं वरून चार आंबे घातले व पोत्याचं तोंड घट्ट बांधून टाकलं आणि तिथून पळून गेला.

थोड्या वेळानं राजाच्या खरी परिस्थिती लक्षात आली, पण त्या आडजागी त्याच्या मदतीला कोणीही आलं नाही. सगळी रात्र त्यानं त्या पोत्यात बसून काढली.

दुसऱ्या दिवशी राजाचे शिपाई त्याचा शोध घेत तिकडे आले आणि अखेर त्यांनी राजाची सुटका केली. राजा मनोमन खजिल झाला. त्याला आपल्या गुरुंच्या उपदेशाची वारंवार आठवण होत होती.

दुसऱ्या दिवशी गुरुजी मुद्दाम राजाच्या दरबारी त्याला भेटायला गेले. ते आपल्या बरोबर महेश, हरीश व उमेश या तिघा बुद्धिमान शिष्यांनाही घेऊन गेले होते. त्या तिघांनी महाराजांची क्षमा मागितली. आपण आपल्या गुरुंच्या आज्ञेचं पालन केलं, असं त्यांनी राजाला सांगितलं.

राजाने त्यांना माफ केलं, कारण त्यांच्यामुळेच राजा जीवनातला फार मोठा धडा शिकू शकला होता. त्याचे डोळे उघडले होते.

■